ഗ്രീൻ ബുക്സ്

ഏഴാമിന്ദ്രിയം

കെ.വി. മോഹൻകുമാർ

കഥാകൃത്ത്, നോവലിസ്റ്റ്, മുൻ പത്രപ്രവർത്തകൻ.
ആലപ്പുഴയിൽ ജനനം.
കേരളകൗമുദിയിലും മലയാള മനോരമയിലും
സ്റ്റാഫ് റിപ്പോർട്ടറായും സബ് എഡിറ്ററായും
പ്രവർത്തിച്ചു. തുടർന്ന് സിവിൽ സർവ്വീസിൽ.
നോവൽ, കഥ, ബാലസാഹിത്യം എന്നീ
മേഖലകളിലായി മുപ്പത് കൃതികൾ പ്രസിദ്ധീകരിച്ചു.
കൃതികൾക്ക് വയലാർ അവാർഡും
കേരള സാഹിത്യ അക്കാദമി അവാർഡും ഉൾപ്പെടെ
പതിനഞ്ച് സാഹിത്യ പുരസ്കാരങ്ങൾ ലഭിച്ചു.

ഭാര്യ : രാജലക്ഷ്മി. മക്കൾ: ലക്ഷ്മി, ആര്യ.

വിലാസം : സോപാനം, നവമി ഗാർഡൻസ്,
ശ്രീകാര്യം പി.ഒ., തിരുവനന്തപുരം 695 017
e-mail : kvmohankumar@yahoo.com

ഗ്രീൻ ബുക്സ് പ്രസിദ്ധീകരിച്ച
ഗ്രന്ഥകാരന്റെ ഇതര കൃതികൾ

ഉഷ്ണരാശി
(നോവൽ)

ജീവന്റെ അവസാനത്തെ ഇല
(ഓർമ്മ)

നോവൽ

ഏഴാമിന്ദ്രിയം

കെ.വി. മോഹൻകുമാർ

ഗ്രീൻബുക്സ്

green books private limited
gb building, civil lane road, ayyanthole,
thrissur- 680 003, kerala, ph: +91 487-2381066, 2381039
website: www.greenbooksindia.com
e-mail: info@greenbooksindia.com

malayalam
ezhamindriyam
novel
by
k.v. mohankumar

first published 2007
first green books edition december 2021

cover image : sreeja pallam
cover design : balu pallam

printed in india
oracle enterprises

branches:
thrissur 0487-2422515
thiruvananthapuram 0471-2335301
calicut 0495 4854662

isbn : 978-93-91072-60-5

₹ 145.00
GBPL/1201/2021

മുഖക്കുറി

ഇന്ദ്രിയാതീതമായ ബലംകൊണ്ട് നേടിയെടുക്കുന്ന ഇച്ഛാശക്തിയുണ്ട്. നേരിന്റെ വഴിയെ മാത്രം സഞ്ചരിക്കുമ്പോൾ ലഭ്യമാകുന്നത്. സംഗീതത്തെയും പ്രണയത്തെയും കാമനകളെയും അതീത മനശ്ശാസ്ത്രത്തെയും ഇണക്കിച്ചേർക്കുന്ന ധ്യാനാത്മകമായ രചനയാണിത്.

എഡിറ്റർ

കഥയുടെ ഭൂമികയ്ക്ക് മുമ്പേ

കൈലാസത്തിലേക്കുള്ള യാത്രികസംഘം സെർലോംഗ് നദിയുടെ കരയിൽ എത്തിയിരുന്നു.

ദർച്ചൻ.

കൈലാസത്തിനു തെക്ക് താഴെ ചെറിയൊരു മലഞ്ചെരിവിലെ താവളം. ഉച്ചതിരിഞ്ഞതോടെ ദർച്ചനിൽ മഞ്ഞുപൊഴിഞ്ഞുതുടങ്ങി. വഴി വാണിഭക്കാരായ ടിബറ്റൻ സംഘങ്ങളും അവരുടെ യാക്കുകളും നിരന്നു. യാത്രികർ ഭക്ഷണസാധനങ്ങൾ ശേഖരിക്കുന്ന തിരക്കിലായി. ദർച്ചന്റെ നിറുകയിലെ ദൂരക്കാഴ്ചയിൽ കൈലാസ ശിഖരം തെളിഞ്ഞു.

''ഇനിയങ്ങോട്ട് മനുഷ്യവാസം തീരെയില്ല.''

വഴികാട്ടിയായി വന്ന, മംഗോളിയൻ മുഖമുള്ള യുവാവ് ധ്യാൻ ചുക് ഹിന്ദിയിൽ പറഞ്ഞു. ''മൂന്നുദിവസത്തെ ദുഷ്കരമായ യാത്ര. മൂന്നാം നാൾ ഡോൾമ ചുരം കടക്കുക എന്നതാണ് ഏറെ കടുപ്പം.''

അഗമ്യമായ പർവ്വതനിരകൾ. ദുർഘടമായ ഒറ്റയടിപ്പാതകൾ. നടപ്പാതകളുടെ ഇറമ്പിലെ മഞ്ഞിൽ ഒളിച്ചുകിടക്കുന്ന അഗാധമായ താഴ്വരകൾ. ചുരങ്ങളിൽനിന്ന് വീശിയടിക്കുന്ന ശീതക്കാറ്റ്. ദുസ്സഹമായ കൊടുംതണുപ്പ്.

''പ്രാണവായു കിട്ടാതെ ശ്വാസം നിലച്ചുപോകാറുണ്ട്.'' അയാൾ പറഞ്ഞു. ''ദർച്ചൻ കടന്നുപോകുന്നവരിൽ ആരൊക്കെ ഡോൾമ കടന്നുകൂടുമെന്നാരു കണ്ടു?'' ജടാധാരിയായ ആ ശിവയോഗി ക്യാമ്പ് ഷെഡ്ഡിന്റെ കൽച്ചുമരിൽ ചാരിയിരുന്ന് കൈലാസ മഹിമ വിവരിക്കുകയാണ്. വീതി കുറഞ്ഞ വരാന്തയിൽ കേൾവിക്കാരായി യാത്രികരിൽ കുറച്ചാളുകൾ.

''വിശ്വത്തിന്റെ നെടുംതൂൺ ഇവിടമാണ്. അനന്തവും അപ്രമേയവുമായ പ്രപഞ്ചരഹസ്യത്തിന്റെ ഉറവിടം. അഖില പ്രപഞ്ചത്തിലെ സർവ്വവും ശിവമയമാണെന്നറിയുക. ആദിയോഗി ധ്യാനാവസ്ഥയിലാണിവിടെ. ഓരോ യാത്രികന്റേയും ലക്ഷ്യം കൈലാസമാണല്ലോ? ജീവാത്മാവിന്റേയോ? മോക്ഷവും. കൈലാസത്തിലേക്ക് നീളുന്ന പാതകൾ പലതുമുണ്ടാവും. അതുപോലെ മോക്ഷത്തിലേക്കും. ജ്ഞാനമാർഗ്ഗം, കർമ്മമാർഗ്ഗം, ഭക്തിമാർഗ്ഗം, യോഗമാർഗ്ഗം... എല്ലാ മാർഗ്ഗങ്ങളും ജീവനെ ആധാരമാക്കിയാണല്ലോ? ഏത് പാതയിലൂടെ സഞ്ചരിച്ചാലും ഒടുവിൽ എത്തിച്ചേരുക ആ ഒരേ ബിന്ദുവിലല്ലേ?''

ശിവയോഗി മന്ദഹസിച്ചു. ''ശിവൻ തനിച്ചല്ല. ശക്തിയുമുണ്ടല്ലോ കൈലാസത്തിൽ?

ആരാണ് ശക്തി? ശക്തിയാണ് ഊർജ്ജം. പരാശക്തി. ക്രിയാത്മക ശക്തി. ശക്തിയില്ലാതെ ശിവനില്ല. ശിവനില്ലാതെ ശക്തിയും. ശിവന്റെ തുല്യപൂരകമാണ് ശക്തി. സാക്ഷാൽ ശ്രീ പാർവ്വതി. ഉമ. അപർണ്ണ. പരമേശ്വരി. ത്രിപുരസുന്ദരി... അതേ ശക്തിയുടെ അംശമാണ് നമ്മിൽ ഓരോരുത്തരിലും കുടികൊള്ളുന്നതും. ജീവൻ നിലനിർത്താനുള്ള ശക്തി. എല്ലാ അതിരുകളെയും ലംഘിച്ച് ജീവാത്മാവിന്റെ സഞ്ചാരത്തെ അനന്തമാക്കാനുള്ള ഉൾപ്രേരണയാണത്. അതും ശക്തി തന്നെ. അതിരുകൾ ഇല്ലാത്തവനാണല്ലോ ശിവൻ? രൂപമില്ലാത്തവൻ. പരിധിയില്ലാത്തവൻ. നിർവ്വികാരൻ. നിർവ്വികൽപൻ. സർവ്വജ്ഞൻ. കേവലബ്രഹ്മം.''

മുകളിൽനിന്നൊരു ട്രക്ക് താഴേക്കിരമ്പി വന്ന് അല്പം ദൂരെ വിറച്ചു നിന്നു. യാത്രികർ ഓരോരുത്തരായി പുറത്തേക്കിറങ്ങി.

''ഹേ, ധ്യാൻ.'' അവർക്കിടയിൽ നിന്നൊരു ചെറുപ്പക്കാരൻ തലപ്പാവഴിച്ച് ചുഴറ്റി.

''കൈസേ ഹോ?'' (എങ്ങനെയുണ്ട്?) ധ്യാൻ ചുക് കൈവീശി.

''അച്ഛാ ഹേ, ഓർ ആപ്? അച്ഛാ സുൻ... മുജേ കുച്ച് കഹ് നാ ഥാ...'' (നന്നായിരിക്കുന്നു. എനിക്കൊരു കാര്യം പറയാനുണ്ട്.) അയാൾ പറയുന്നു.

''ക്യാ ബാത്ത് ഹേ?'' (എന്താണ്?) ധ്യാൻ ചുക് കാത് കൂർപ്പിച്ചു.

''ദോ ദിൻ കേ പഹലേ മേനേ അപ്നേ യോഗിജീ കോ ദേഖാ ഥാ...'' (രണ്ടു ദിവസം മുമ്പ് താങ്കളുടെ യോഗിയെ കണ്ടു.)

അയാൾ നാലഞ്ച് ചുവട് മുന്നോട്ട് നീങ്ങി. മുഖത്ത് വല്ലാത്ത വിഭ്രാന്തി.

''തോ.'' (ആണോ) ധ്യാൻ ചുക് മുഖം ചുളിച്ചു.

''ലക് താഥാ ധ്യാൻ മേ ഹെ.'' (അയാൾ ധ്യാനത്തിലാണ്.) അയാൾ പറഞ്ഞു. ''ലേക്കിൻ പൂരാ ബരഫ് സേ...'' (നോക്കൂ, മുഴുവൻ മഞ്ഞിൽ)

''പൂരാ ബരഫ് സേ?'' (മുഴുവൻ മഞ്ഞോ?) ധ്യാൻ ചുക്കിന്റെ നെഞ്ചിടിപ്പുയർന്നു.

''പൂരാ ബരഫ് സേ ധേക്കാ ഹുവാ ഥാ... ഔർ ഹിൽ ഫി നഹീ രഹേ ഥേ.'' (മുഴുവൻ മഞ്ഞു മൂടിയതുകൊണ്ട് കാണാനാകുന്നില്ല. അതോ പർവ്വതം മറഞ്ഞിരിക്കുന്നതുകൊണ്ടോ) അയാളുടെ വാക്കുകൾ വിറപൂണ്ടു.

വരാന്തയിലിരുന്ന് ശിവയോഗി തല പൊക്കി നോക്കി. ഏതോ യുവയോഗിയെക്കുറിച്ചാണ് അയാൾ പറയുന്നത്. മുകളിലെവിടെയോ കണ്ട കാഴ്ച. മേലാസകലം മഞ്ഞ് മൂടി. ധ്യാനത്തിലെന്നപോലെയിരിക്കുന്നു. അനക്കമുണ്ടോ എന്നറിയില്ല. ദൂരക്കാഴ്ച ആയതിനാലാവാം. അത് അയാളെ വിഭ്രാന്തിയിലാഴ്ത്തി.

''വോ യുവ യോഗീ?''

ഏത് യുവയോഗിയെക്കുറിച്ചാണയാൾ പറയുന്നത്? ധ്യാൻ ചുക്കിന്റെ ചുണ്ടുകൾ വിറച്ചു.

ശിവയോഗി കൈലാസത്തിനു നേർക്ക് നോക്കി.

ഒന്ന്

തുളസിത്തറയിൽ തിരി തെളിക്കാനിറങ്ങിവന്ന ദേവുവാണ് കണ്ടത്, കൈവിളക്കിന്റെ പ്രഭയിൽ ഒരാൾ. ചരിത്രത്തിലെ ശിവജിയുടേതുപോലെ മുന്നോട്ടു വളഞ്ഞു കൂർത്ത താടിമീശ. പിന്നിലേക്ക് ചീകിയൊതുക്കിയ മുടി. തീക്ഷ്ണങ്ങളായ കണ്ണുകൾ. ദേവു ഒന്നു നടുങ്ങി. നിന്നിടത്തു നിന്ന് ഒരടി അനങ്ങാനാവുന്നില്ല.

മുന്നിൽ നില്ക്കുന്നതാര്? ആകാശഗന്ധർവ്വനോ അതോ, മുടിയഴിച്ചിട്ട ശിവനോ? അയാൾ അവളുടെ കൈയിലിരുന്ന ദീപനാളത്തെ വന്ദിച്ചു.

“ആരാണ്?” ദേവു വിറയലോടെ ചോദിച്ചു.

“പേടിക്കണ്ട.” അയാൾ സൗമ്യമായി ചിരിച്ചു. “ഞാനൊരു മനുഷ്യജീവി തന്നെ.”

ദേവു അമ്പരന്നു. അയാൾ തന്റെ മനസ്സു വായിച്ചറിഞ്ഞതെങ്ങനെ?

“അമ്മേ, ഇവിടെ ആരോ ഒരാൾ വന്നിരിക്കുന്നു.” ദേവു ആവുന്നത്ര ഉറക്കെ വിളിച്ചു പറഞ്ഞു.

“ആരാ?” അകത്തുനിന്ന് ചോദ്യം.

“ആരാന്ന് പറേണം?” ദേവു മിഴികളുയർത്തി. കൗതുകത്തോടെ അയാൾ അവളെ നോക്കിനിൽക്കുകയാണ്.

“പപ്പേച്ചീടെ മോളാല്ലേ?”

“ങും, നമ്മളാരാ?”

വശ്യമായി അയാൾ ചിരിച്ചു.

“കുട്ടി ജാതവേദൻ എന്നൊരാളെപ്പറ്റി കേട്ടിട്ടുണ്ടോ?”

“ജാതവേദൻ...” അവളുടെ ചുണ്ടുകൾ വിറച്ചു.

കൈവിളക്ക് തിടുക്കത്തിൽ തുളസിത്തറയിൽവെച്ച് അവൾ അകത്തേക്കോടി. ചങ്ങലവട്ടയുമായി അമ്മയേയും കൂട്ടി ഉമ്മറത്തെത്തിയപ്പോഴേക്കും അയാൾ പുറംവരാന്തയിൽ കൽത്തൂണിനരികെ എത്തിയിരുന്നു.

''ഓർക്കണൊണ്ടോ പപ്പേച്ചീ?''

ആ വിളി കേട്ടതും അവരുടെ ഉടലാകെ മിന്നൽപ്പിണർ പായും പോലെ. വിളക്ക് അയാളുടെ മുഖത്തിനു നേർക്കുയർന്നു. ജാതവേദനോ?

ജാതനാണെന്ന് വിശ്വസിക്കാനാവുന്നില്ല. എന്തൊരു മാറ്റം! ജാതന്റെ പേരുപറഞ്ഞ് ആരേലും വീട്ടിൽ നുഴഞ്ഞുകയറാൻ വന്നതാണേലോ? വാസവേട്ടൻ വീട്ടിലില്ലെന്നറിഞ്ഞ് വിരോധമുള്ള വല്ല കള്ളന്മാരും? പ്രായംതികഞ്ഞോരു പെണ്ണ് വീട്ടിലുള്ളതല്ലേ? ഇക്കാലത്ത് ആരെയാ വിശ്വസിക്കുക? ജാതൻ വീടുവിട്ടുപോയിട്ട് വർഷങ്ങളെത്ര കഴിഞ്ഞു? വരുന്ന ധനുവിൽ പതിനെട്ടോ പത്തൊൻപതോ?

ഒരാൾ കാണാതായി ഏഴുവർഷം കഴിഞ്ഞും മടങ്ങി വന്നില്ലേൽ മരിച്ചൂന്നല്ലേ കണക്കാക്കക. അങ്ങനെയല്ലേ, ജാതന്റെ വക വീതം കൂടി രേഖകൾ ചമച്ച് വാസവേട്ടൻ ഒന്നിച്ചാക്കിയേ? കർക്കടകത്തിലെ കറുത്ത വാവിന് പിതൃക്കൾക്ക് ദാഹം വയ്ക്കുന്ന കൂട്ടത്തിൽ എത്രയോ വർഷായി ജാതനു പ്രിയപ്പെട്ട കടലപ്പിടിയനും ഓട്ടടേം ഒരുക്കിവയ്ക്കുന്നു? മരിച്ചെന്നു കരുതിയ ആൾ ഉടലോടെ തിരിച്ചുവരികയോ? പപ്പേച്ചി വിളക്ക് ഉയർത്തിപ്പിടിച്ച പാടെ നില്ക്കുകയാണ്. ''പപ്പേച്ചീ', അയാൾ അവരുടെ ചുമലിനുനേർക്ക് കൈ നീട്ടി.

''ഇത് പപ്പേച്ചീടെ ജാതനാണ്.''

''ഇല്ല.'' പപ്പേച്ചി നിഷേധിച്ചു.

''എന്റെ ജാതൻ ജീവനോടിരിപ്പില്ല. ഒണ്ടോർന്നേൽ ഈ ദുരിതത്തിലേക്കെന്നെ തള്ളിവിട്ടേച്ച് പോവ്വാര്ന്നില്ല. ഒരു കത്തുപോലും എഴുതാതെ. ഒന്നു കാണാൻപോലും വരാതെ.''

ദേവു അമ്പരന്നു നില്ക്കുകയാണ്. ഒത്ത ആളുയരം. തലയെടുപ്പ്. എന്തൊരു തേജസ്സ്! ശരിക്കും ജാതമാമയാണെങ്കിലോ?

അവളോർത്തു. ഊരുചുറ്റി നടന്ന് ഗതിയില്ലാതായപ്പം മടങ്ങിവന്നതായിക്കൂടെന്നില്ലല്ലോ. അതല്ല, മനസ്സുമാറി വന്നതാണേലോ? എങ്കിൽ തിരിച്ചറിയാനെന്താ വഴി?

അവൾ ആലോചിച്ചു. പെട്ടെന്നാണവൾക്കൊരാശയം തോന്നിയത്. അമ്മ പറയാറുള്ള നെറ്റിയിലെ ആ അടയാളം!

''അതൊന്നു നോക്കിയേ.'' അവൾ അമ്മയുടെ ചെവിയിൽ പറഞ്ഞു. ''നെറ്റീലെ ആ ചന്ദ്രക്കല അടയാളം!''

''ഓ നേര് തന്നെ.'' പപ്പേച്ചി അപ്പോഴാണോർത്തത്. ജാതന്റെ നെറ്റീല് ജനിച്ചു വീണതു മുതലേയുള്ള ആ അടയാളം. മുതിർന്നപ്പോ എത്രയോ വട്ടം കളിയാക്കിയിരിക്കുന്നു. ''ഇവനിനി ഒരു ഗംഗേടെ കൊറവേ ഒള്ളൂന്ന്.''

അവർ വിളക്ക് അയാളുടെ മുഖത്തിനു നേർക്കുയർത്തി. ''ഒന്നു കുനിഞ്ഞേ, ആ നെറ്റിയൊന്നു ചുളിച്ചേ.''

അയാൾ കൊച്ചുകുട്ടിയെപ്പോലെ, അനുസരണയോടെ ഒതുങ്ങി നിന്ന് നെറ്റി ചുളിച്ചു.

“ദാ അമ്മേ” ദേവു ആശ്ചര്യപ്പെട്ടു.

നെറ്റിയിൽ മുടി തുടങ്ങുന്ന ഭാഗത്ത് അമ്മ പറഞ്ഞു കേട്ടിട്ടുള്ള ചന്ദ്രക്കല അടയാളം. അവൾ അത് ആദ്യമായി കാണുകയാണ് - ശരിക്കും ചന്ദ്രക്കല.

“നീ...?” പപ്പേച്ചി വിറച്ചു. “നീ എവിടാരുന്നെടാ, ഇത്ര കാലോം?” പപ്പേച്ചി വിളക്കുമായി അയാളുടെ കാലുകളിൽ കുഴഞ്ഞുവീണു.

“എണീക്ക് പപ്പേച്ചീ” അയാൾ പിടിച്ചെഴുന്നേല്പിച്ചു. പപ്പേച്ചി ഇറുകെ പുണർന്നു. “ഇപ്പോഴേലും പപ്പേച്ചിയെ ഓർക്കാൻ തോന്നീലോ, നിനക്ക്? ഇത്ര കാലോ നീ എവിടെയായിരുന്നു?”

“അതൊക്കെ സാവകാശം പറയാം പപ്പേച്ചീ. ഇപ്പോ, പപ്പേച്ചീടെ കൈകൊണ്ട് വയറുനെറച്ച് ചോറു തരൂ. വല്ലാണ്ട് വെശക്കണൊണ്ട്.”

“വാ...” പപ്പേച്ചി അയാളെ കൈപിടിച്ച് അകത്തേക്ക് കൂട്ടിക്കൊണ്ടു പോയി. ദേവു അന്നേരമാണ് ശ്രദ്ധിച്ചത്.

ചുമലിൽ സാമാന്യം കനത്തൊരു തോൾസഞ്ചി. കണ്ടാലറിയാം, പുസ്തകങ്ങളാണ്. അയാൾ അമ്മയുടെ ചുമലിൽ കൈ പതിപ്പിച്ച് അകത്തേക്ക് കടക്കുന്നത് നോക്കിനില്ക്കുകയാണ് അവൾ.

മുടി വളർന്ന് തോളൊപ്പമുണ്ട്. പിന്നിൽനിന്നു കാണാനും എന്തൊരു ചേല്! ആകാശത്തൂന്ന് ഇറങ്ങി വന്നൂന്ന് കഥകളില് പറയാറുള്ളപോലെ. അവൾ അകത്തേക്ക് പിന്തിരിഞ്ഞു നടക്കാനൊരുമ്പെട്ടതും കഴുത്തിന്റെ പിന്നിൽ തണുപ്പ്. ആരോ തണുത്ത വിരൽത്തുമ്പുകളാൽ തൊട്ടതു പോലെ. ഞെട്ടിത്തിരിഞ്ഞുനോക്കി. ആരുമില്ല.

ഇല്ല, ആരോ ഉണ്ട്. മനസ്സു പറയുന്നു. അവൾ മുന്നിലേക്ക് കിടന്ന മുടി പിന്നിലേക്കിട്ടു. അരികെ മറ്റാരോ? അഭൗമമായൊരു സൗരഭ്യം എവിടെ നിന്നോ ഒഴുകി വരുന്നു. അവളെ അത് തഴുകി കടന്നുപോയി. അയാൾക്കൊപ്പം അകത്തളത്തിലേക്ക് അത് ഒഴുകിയിറങ്ങി.

“ആരോ.” അവളുടെ മനസ്സ് പിടഞ്ഞു.

“ആരോ ഒരാളുടെ.”

രണ്ട്

ജാതവേദൻ വേറെ ഏതോ ലോകത്താണെന്നാണ് ആളുകൾ പറയുന്നത്. കുറെയൊക്കെ അത് ശരിയാണെന്നു തോന്നുന്നു. ചില നേരങ്ങളിൽ അവൻ ഈ ലോകത്തിലേയല്ല. ഭൂമിയുടേയും പ്രപഞ്ചത്തിന്റേയും കാലത്തിന്റെതന്നെയും അതിരുകൾ കടന്ന് എവിടേക്കോ പറന്നു പോകുന്നതുപോലെ. ഒന്നു തീർച്ച.

പതിനെട്ടുവർഷത്തെ ദേശാടനം കഴിഞ്ഞ് മടങ്ങിവന്നത് പഴയ ജാതവേദനല്ല. ആളാകെ മാറിയിരിക്കുന്നു. ഒരാൾ ഏതു നേരവും സ്വപ്നം കാണുന്നതെപ്പോഴാണ്? സ്വപ്നസന്നിഭമായ ഒരവസ്ഥയിൽ അകപ്പെടുമ്പോഴല്ലേ? ആളുകൾ എന്തൊക്കെയോ പറയുന്നു.

ഹിമാലയ സാനുക്കളിലെ ഗുഹകളിലായിരുന്നു ഇത്ര കാലോം ജാതവേദൻ. അവിടെ കൂടുവിട്ടു കൂടു മാറുന്ന ദിവ്യന്മാരുണ്ട്. അവരിൽ നിന്ന് ആ വിദ്യകളൊക്കെ പഠിച്ച ആളാണ് ജാതവേദൻ. നമുക്ക് കേൾക്കാനാവാത്ത ശബ്ദങ്ങൾ ജാതന് കേൾക്കാം. കാണാനാവാത്തത് കാണാം. വരുംവരായ്കകൾ മുൻകൂട്ടി അറിയാം.

ജാതൻ നാട്ടിൽ മടങ്ങിയെത്തിയതിനു പിറ്റേന്ന് വൈകീട്ട് കടൽക്കരയിലേക്ക് നടന്നുപോവുന്നതു കണ്ട് ആരൊക്കെയോ പിന്നാലെ പോയത്രെ. ജാതൻ നേരെ തിരയിലേക്കാണിറങ്ങിപ്പോയത്. പിന്നെ ഓരോ തിരയും അവനെ അമ്മാനമാടി അടുത്ത തിരയ്ക്ക് കൈമാറി. ജാതൻ ഇതൊന്നും അറിയുന്ന ഭാവമേയില്ല. കുറേക്കഴിഞ്ഞ് ഒന്നും സംഭവിക്കാത്ത മട്ടിൽ തിരയിൽ നിന്നിറങ്ങി കരയിലേക്ക് നടന്നുവന്നു. ജാതന്റെ പിന്നാലെ കുറേ ദൂരം തിരകൾ മത്സരിച്ചോടി വന്നൂത്രെ.

ഈ കേൾക്കുന്നതൊക്കേം നേരോ, എന്നു ചോദിച്ചതും അവൻ ചിരിച്ചുതള്ളി.

"ചുരുക്കത്തിൽ എനിക്ക് നൊസ്സാണെന്നാവും ആൾക്കാര് പറഞ്ഞു വരുന്നേ. പപ്പേച്ചീം ഇതൊക്കെ വിശ്വസിച്ചോ?"

"കടൽക്കരേൽ കാറ്റുകൊള്ളാൻ പോയതും തിരയിലിറങ്ങിയതും നേരുതന്നെ. അതിലിത്ര അതിശയോക്തിയെന്തിരിക്കുന്നു? എല്ലാരും ചെയ്യണ കാര്യങ്ങളല്ലേ?"

അതു പറയുമ്പോഴും അവന്റെ മുഖത്ത് ഒരു ഭാവമാറ്റവുമില്ല. എങ്കിലും ഒരു കാര്യം നേരാണ്.

ചില നേരങ്ങളിൽ ജാതൻ ഈ ഭൂമിയിലേയല്ല. വെറുതെ വിദൂരതയിൽ നോക്കിയിരിക്കും. ചിലപ്പോൾ അരമതിലിന്മേൽ കൽതൂണിൽ ചാരിയിരുന്നാവാം. ചില നേരം കുളപ്പടവിലാവാം. കാവിലെ ഇലഞ്ഞീടെ ചോട്ടിലാവാം. ഒരേ ഇരിപ്പാണ്. ആ നേരങ്ങളിൽ അഭൗമമായൊരു ദീപ്തി അവന്റെ മുഖമാകെ അലയടിക്കുന്നതായി കാണാം. ധ്യാനിക്കുകയോ പ്രാർത്ഥിക്കുകയോ ഒന്നുമല്ല. കൈയിൽ ജപമാലയോ രുദ്രാക്ഷമോ ഇല്ല. എന്തേലും ചോദിച്ചാലോ? കേട്ട മട്ടില്ല. അടുത്തുചെന്നാൽ അറിയുന്നുപോലുമുണ്ടാവില്ല.

ഒരു ദിവസം ദേവു ഒച്ചവയ്ക്കാതെ പിന്നാലെ ചെന്ന് കണ്ണുപൊത്തി. പൊത്തീതും അവൾ കൈ വലിച്ചു. വൈദ്യുതിതരംഗങ്ങൾപോലെ എന്തോ അവളിലേക്ക് ഒഴുകിവരുന്നതുപോലെ. ജാതൻ അതും അറിഞ്ഞതില്ല.

മരത്തണലുകളിലോ അമ്പലപ്പറമ്പിലോ കാവുമുറ്റത്തോ കിളികൾ പറക്കുന്നതും ഇലകൾ കാറ്റത്ത് ഇളകുന്നതും ആകാശത്തൂടെ മേഘങ്ങൾ പോവുന്നതും. അങ്ങനെ ഓരോരോ കാഴ്ചകളിൽ ലയിച്ച്, സ്വയം മറന്ന്...

''അല്ലാ, കണ്ണ് തുറന്നുവച്ചാ ധ്യാനിക്ക്യാ? എപ്പ നോക്ക്യാലും നീ കണ്ണും തുറന്നുവച്ചാണല്ലോ ഒരേ ഇരിപ്പ്?'' പപ്പേച്ചി ചോദിച്ചപ്പോഴും ജാതൻ ചിരിച്ചതേയുള്ളൂ.

''കണ്ണടച്ചിട്ടെന്തു കാണാനാ പപ്പേച്ചീ? തുറന്നിരുന്നാലല്ലേ ഈ മരങ്ങളെ മരങ്ങളായും കിളികളെ കിളികളായും ആകാശത്തെ ആകാശമായും കാണാനാവൂ?''

''മടങ്ങിവന്നിട്ട് ദിവസം നാലഞ്ചായി. ഇതേവരെ കുടുംബവക അമ്പലത്തിലൊന്ന് തൊഴാൻ വന്നോ? ഇന്നെന്തായാലും ദീപാരാധനയ്ക്കു വന്നേ തീരൂ. നിന്റെ പക്കനാളാണിന്ന്.''

''പപ്പേച്ചി പൊയ്ക്കോളൂ, ഞാനിവിടെയിങ്ങനെ വെറുതെ ഇരുന്നോട്ടെ.'' അവൻ ഒഴിഞ്ഞുമാറി.

''ഊരുചുറ്റി വന്നപ്പം നിനക്കെന്താ ഈശ്വരവിശ്വാസം തീരെ ഇല്ലാണ്ടായോ? കളഭ മുഴുക്കാപ്പിന് കൊടുത്തിട്ടാണ്ട് ഞാൻ. നടയുടെ നേരെ നിന്നു തൊഴുതാലേ ഫലോണ്ടാവൂ...''

''പപ്പേച്ചി നടന്നോളൂ. ഞാൻ വന്നേക്കാം.'' അവൻ പറഞ്ഞു.

അർച്ചന കഴിയുംവരെ നോക്കിനിന്നു. അരിശപ്പെട്ടാണ് വീട്ടിലേക്ക് വന്നത്. ആട്ടുകട്ടിലിൽ ആകാശം നോക്കി കിടക്കുകയാണ്. ജാതൻ മുറ്റത്തൂന്ന് ചെമ്പരത്തീടെ വലിയൊരു കമ്പും ഒടിച്ചാണ് ചെന്നത്. വള്ളിനിക്കറിട്ട ആ പഴയ ചെക്കനല്ലെന്നറിയാം. എന്നാലും അനുസരണക്കേടല്ലേ കാട്ടീത്?

''ജാതാ'' ഒച്ച ഉയർത്തിയാണ് വിളിച്ചത്.

''ഓ, പപ്പേച്ചി ഇങ്ങെത്തിയോ?'' അവൻ നിവർന്നിരുന്നു.

''അമ്മേടെ സ്ഥാനത്തൂന്നാ ഞാൻ വിളിച്ചേ. നിന്റെ നന്മയ്ക്ക്. ഇനിയേലും ഒരു ഗതിയുണ്ടാവാൻ. അത്രയ്ക്ക് വെഷമം തോന്നി എനിക്ക്.'' ചെമ്പരത്തിക്കമ്പ് വിരലുകൾക്കിടയിലിരുന്ന് വിറച്ചു.

''അതിന് ഞാനെന്താ അനുസരണക്കേട് കാട്ടീത്''' അവൻ ചോദിച്ചു.

''എന്താ കാട്ടീതെന്നോ? നിന്നോടെത്ര വട്ടം കെഞ്ചിപ്പറഞ്ഞു ഞാൻ, അമ്പലത്തീവരാൻ.''

''ഞാൻ വന്നല്ലോ.'' അവൻ ചിരിച്ചു. ''ദാ, പ്രസാദം.''

അവൻ നടുമുറ്റത്തിന്റെ പടിയിലേക്ക് വിരൽ ചൂണ്ടി. ഒരിലക്കീറിൽ കളഭോം പൂക്കളും.

''ഓ, ഇത് നിന്റെ സൂത്രം. ഇവിടെങ്ങാണ്ടിരുന്ന കളഭോം മുറ്റത്തുനിന്ന പൂക്കളും.''

''ഉവ്വോ, പപ്പേച്ചി ശരിക്കൊന്ന് നോക്കിയേ.'' അവൻ പറഞ്ഞു.

''ശരിയാണല്ലോ. ചാർത്തിയ പുത്തൻ കളഭം. കൈയിലിരുന്ന വാഴയിലക്കീറിലെ അതേ പൂക്കൾ. അരളീം തെറ്റീം നന്ത്യാർവട്ടോം.

''നീയിതെപ്പോ അതിലേ വന്നു?'' ഇത്രേം നേരോം താൻ നടയ്ക്കു മുന്നിൽ നില്ക്കുകാര്ന്നില്ലേ? ഇവനേതുവഴി വന്നുപോയി?

അവൻ ചിരിച്ചു. ങേ വേറിട്ട ഏതോ ഒരു ഗന്ധം ഇവിടമാകെ തങ്ങിനിൽക്കുന്നു. പിച്ചകപ്പൂവോ, പാരിജാതമോ? താൻ അമ്പലത്തീന്ന് വരും മുമ്പേ ആരേലും പ്രസാദം കൊടുത്തേച്ചു പോയതാവുമോ? ഉച്ചപൂജ തൊഴാൻ മേലേ വാര്യത്തെ ശ്രീക്കുട്ടീം ഉണ്ണിമായേം ഉണ്ടായിരുന്നല്ലോ. അവളുമാരാരേലും? ഏയ്, അവരീ വഴിക്ക്... എങ്ങനറീം? പെണ്ണല്ലേ ജാതി. ജാതനെ കണ്ടാൽ ഗന്ധർവനെപ്പോലെയാണെന്ന് ഉണ്ണിമായയല്ലേ കൃഷ്ണന്റ അമ്പലത്തീവെച്ച് പറഞ്ഞത്? ചെക്കൻ ഊരുചുറ്റി വന്നതുമുതൽ സുന്ദരിമാരുടെ വരവുപോക്ക് ഇതുവഴി കൂടുന്നൊണ്ട്. പപ്പേച്ചിയെ കാൽക്കാശിന് വകവയ്ക്കാതിരുന്നവളുമാരുപോലും ''പപ്പേച്ചി, വീശേഷങ്ങളെന്തുണ്ട്?'' ''പപ്പേച്ചി കരിനൊച്ചീടെ എല ഇച്ചിരെ നുള്ളിക്കോട്ടെ?'' എന്നൊക്കെ പറഞ്ഞ് അടുക്കണൊണ്ട്. അവനാവട്ടെ, ആരേം ഗൗനിക്കുന്നേയില്ലെന്നാണ് ഭാവം. ആർക്കറിയാം? പപ്പേച്ചിയെ വെട്ടിച്ച് വന്നത് ഏതു സുന്ദരിയായാലും അവളെ കൈയോടെ പിടിക്കണൊണ്ട്. തിരിഞ്ഞു നോക്കിയപ്പം ജാതൻ ഒന്നുമറിയാത്ത മട്ടിൽ.

''പപ്പേച്ചീ, എന്താ ഒരു കള്ളച്ചിരി?'' അവൻ ചോദിച്ചു.

''ഏയ്, ഒന്നൂല്ല. ഈ പപ്പേച്ചീടെ കണ്ണുവെട്ടിക്കാന്ന് ആരും കരുതണ്ടാട്ടോ.''

''പപ്പേച്ചീടെ കണ്ണുവെട്ടിക്ക്യേ? ആര്? ജാതൻ അതിശയം ഭാവിച്ചു.

''നീ തന്നെ. അല്ലാണ്ടാര്?'' എന്നു പറഞ്ഞ് കീറ്റില രണ്ടുമെടുത്ത് അറപ്പടിയിൽ വയ്ക്കാനൊരുമ്പെട്ടതും ''ഈശ്വരാ, ഒന്നേയുള്ളല്ലോ, ഒന്നെവിടെ?''

നടുമുറ്റത്തിന്റെ പടിയിലിരുന്നത്? ഇത്ര നേരം ഇവിടെ ഇരിപ്പുണ്ടായിരുന്നല്ലോ?

''അല്ലാ, നീയതെടുത്തു മാറ്റിയോ?''

''എന്താ പപ്പേച്ചി?''

തിരിഞ്ഞു നോക്കിയപ്പോൾ ജാതൻ മുണ്ടിന്റെ കോന്തല പൊക്കിപ്പിടിച്ച് പുറത്തുനിന്ന് അകത്തേക്ക് കടന്നുവരുന്നു. കൈയിലൊരു പുസ്തകവുമുണ്ട്.

''പപ്പേച്ചി നേരത്തെ ഇങ്ങു പോന്നോ? ഞാനവിടെയെല്ലാം തിരഞ്ഞു.''

''അല്ലാ, നീയല്ലേ ഇത്രനേരം ഇവിടെ?''

ആട്ടുകട്ടിലിലേക്ക് നോക്കി. അത് അനങ്ങുന്നേയില്ല. അപ്പോ ഇത്ര നേരോം ഇതീ കെടന്ന് ആടീതാരാ?

''എന്താ പപ്പേച്ചീ? എന്താണ്ടായേ?''

തലചുറ്റി വീഴണ്ടതായിരുന്നു. അവൻ ഓടിവന്ന് താങ്ങിപ്പിടിച്ചു. കട്ടിലിൽ കിടത്തി. ''വെയിലത്ത് നടന്നതിന്റെ തകരാറാവും, പപ്പേച്ചീ'' അവൻ രാമച്ച വിശറിയെടുത്ത് മെല്ലെ വീശി. വൈകീട്ട് കാര്യമറിഞ്ഞപ്പോൾ ദേവു പറഞ്ഞു: ''ഞാൻ പറഞ്ഞില്ലേ? ജാതമാമയ്ക്ക് കൺകെട്ടറീം. അമ്മേടെ കണ്ണുകെട്ടീതാ.''

''രണ്ടെലക്കീറ്റില് കളഭമുഴുക്കാപ്പിന്റെ പ്രസാദം എന്റെ കണ്ണുകൊണ്ടു കണ്ടതല്ലേ ഞാൻ?''

''അതോ'' അവൾ പരിഹസിച്ചു. ''അതാണ് ഒന്നായ നിന്നെയിഹ രണ്ടെന്ന് കണ്ടളവിൽ...''

''ഇണ്ടലും ബതയുമൊന്നുമല്ല, ഞാനെന്റെ കണ്ണുകൊണ്ട് കണ്ടതാ.''

''ഒന്നൂല്ലേലും ഞാനൊരു മനശ്ശാസ്ത്രം പഠിക്കണ കുട്ടിയല്ലേ, അമ്മേ.'' ദേവു കവിളിൽ നുള്ളി. ''നമുക്ക് കണ്ടുപിടിക്കാം.''

ദേവു മനശ്ശാസ്ത്രം ബിരുദത്തിന് മൂന്നാം വർഷമാണ്. അവൾ പറയുന്നതിലും കഴമ്പുണ്ടാകും. ഒക്കേം മനസ്സിന്റെ തോന്നലാവും. എന്നാലും ജാതന് എന്തൊക്കെയോ പ്രത്യേകതയുണ്ടെന്ന് ആൾക്കാർ പറയുന്നു. പണ്ടും എന്തോ പ്രത്യേകതകളുള്ള കുട്ടിയായിരുന്നല്ലോ? അതായിരുന്നല്ലോ അവന്റെ ദോഷോം.

''കുഞ്ഞനന്തൻമാഷ് നോക്കിക്കോ.'' കൂടെയുള്ള മാഷ്മ്മാര് അച്ഛനോട് പറയും ''ഇവൻ വളർന്ന് പേരു കേൾപ്പിക്കും.''

''ആവോ!'' അച്ഛൻ അപ്പോഴെല്ലാം മുകളിലേക്ക് കണ്ണയയ്ക്കും. ''അതൊക്കെ അവ്ടെ ഒരാള് നിശ്ചയിക്കുംപോലെ.''

അച്ഛൻ നിനച്ചത് ശരിയായിരുന്നു. മുതിർന്നതോടെ പഠിപ്പിനേക്കാൾ മറ്റു വായനകളിലായി അവന് കമ്പം. കഥയും നോവലുമൊന്നുമല്ല, സാമാന്യബുദ്ധിയുള്ളവർ വായിക്കാത്തവ. എവിടന്നോ തെരഞ്ഞുപിടിച്ചുകൊണ്ടുവരുന്ന കുറേ ഇംഗ്ലീഷ് പുസ്തകങ്ങൾ.

ലൈഫ് ആഫ്റ്റർ ഡെത്ത്, ദ തേർഡ് ഐ, ബിയോണ്ട് ദി ഫൈവ് സെൻസസ്...'

പഠിപ്പിൽ പിന്നോക്കമായതോടെ അച്ഛനും അവനുമായുള്ള സമവാക്യങ്ങൾ തെറ്റി. രണ്ടാളും മിണ്ടാതായി. ദിവസങ്ങളോളം അവൻ മൗനം പൂണ്ടു നടന്നു. ഒരു ദിവസം കാണാതായി. അന്നവൻ രണ്ടാം വർഷ ബിരുദത്തിനു പഠിക്കുകയാണ്. നാടോടു നാടു തെരഞ്ഞു. അതേച്ചൊല്ലി എന്തെല്ലാം പുകിലുണ്ടായി. അച്ഛനെത്ര തീ തിന്നു. ഊണും ഉറക്കവുമില്ലാതെ എത്ര നാൾ തള്ളിനീക്കി. അതൊന്നും കാണാനിടവരാതെ അമ്മ നേരത്തെ പോയതെത്ര നന്നായി. ഒടുവിൽ ഒന്നിനും ത്രാണിയില്ലാതെ അച്ഛനും. മകൻ അഗ്നിയാവണം, സൂര്യനാവണം.[1] എന്നോർത്ത് ആ പേരിട്ട അച്ഛന്റെ ഇടനെഞ്ചിൽ എന്നെന്നും അവനൊരു അഗ്നിയായി മാറുകയായിരുന്നില്ലേ? "ലോകത്തിലുള്ള സകലതിനേം എരിച്ചു ചാമ്പലാക്കാൻ പോന്നവനാണെന്ന[2] അഹന്ത. ഇപ്പോ എന്നെയാണവൻ എരിച്ചു ചാമ്പലാക്കുന്നേ."

അച്ഛൻ അന്ന് പരിതപിച്ചു. അതൊക്കെ ഓർക്കുമ്പോ സത്യത്തിൽ മനസ്സുരുകിപ്പോവാറുണ്ട്. ആണൊരുത്തൻ വീട്ടിലുണ്ടായിരുന്നേൽ ഈ അനർത്ഥങ്ങളൊക്കെ സംഭവിക്കുമായിരുന്നോ? അതോർത്തപ്പോൾ എന്നോ അലിഞ്ഞു ചേർന്ന പരിമളം ഓർമ്മകളിലേക്ക് ഒഴുകിവരുന്നതായി തോന്നി. ചന്ദനത്തിന്റെ ഗന്ധം. കളഭമുഴുക്കാപ്പിന്റെ ഗന്ധം. കളഭഗന്ധത്തിലിഴചേർന്ന് മനസ്സിന്റെ അകത്തളത്തിലെവിടെയോ ഇടയ്ക്കയുടെ മന്ദ്രധ്വനി ഉയരുന്നു.

"രാധാ വദന വിലോകന വികസിത[3]

വിവിധ വികാരവിഭംഗം..."

എവിടെയായിരിക്കും? ഇപ്പോ എവിടെയായിരിക്കും? ആ ഗന്ധം തന്നെ ചൂഴുകയാണ്. എന്നോ ഒരിക്കൽ, ഒരിടവേള ജീവിതമാകെ നിറഞ്ഞൊഴുകിയ ആ ഗന്ധം. അതിന്റെ ചിറകുകളിലേറി എത്രയോ രാപകലുകൾ. നഗരത്തിലെ ഹോസ്റ്റൽമുറിയുടെ തുറന്നിട്ട ജനാലകളിലൂടെ എത്രയോ രാക്കിനാവുകളിൽ ആ ഗന്ധം - ആ ഗന്ധം ഇല്ലാതായിട്ട് വർഷങ്ങളെത്രയായി? ജാതൻ പൊയ്പ്പോയതോടെ അതും നഷ്ടമായി. പകരം അതുവരെയറിയാത്ത പുതിയൊരു ഗന്ധം ജീവിതത്തിലേക്ക് അധിനിവേശം നടത്തുകയായിരുന്നു. മദ്യത്തിന്റേയും പുകയുടേയും ഉരുകിയ മേദസ്സിന്റേയും രൂക്ഷഗന്ധം - ഹെഡ് കോൺസ്റ്റബിൾ വാസവൻ!

---

1. *ജാതവേദസ് എന്നാൽ അഗ്നി, സൂര്യൻ*
2. *ബ്രഹ്മാവുമായുള്ള സംവാദത്തിൽ എല്ലാം കരിച്ചു ചാമ്പലാക്കാൻ പോന്നവനാണ് താനെന്ന അഗ്നിയുടെ അഹന്ത (കഠോപനിഷത്ത്)*
3. *ചന്ദ്രോദയസമയത്ത് കടലിൽ തിരമാലകൾ ഉയരുന്നതുപോലെ, രാധയെ കണ്ടമാത്രയിൽ ഏറെ നാളുകളായി അവളുമായി രാസക്രീഡയ്ക്കായി കൊതിച്ചിരുന്ന കൃഷ്ണന്റെ ഹൃദയം തരളിതമായി. ഗീതഗോവിന്ദം 22-ാം അഷ്ടപദി.*

മൂന്ന്

നീ എവിടെയായിരുന്നു ഇത്ര കാലോം എന്ന പപ്പേച്ചീടെ ചോദ്യത്തിന് ഇതുവരെ മറുപടി പറഞ്ഞില്ല. എന്താ പറയുക?

സത്യത്തിൽ എവിടെയുമായിരുന്നില്ല. ഒഴുകിപ്പോകുന്നൊരു പുഴയോട് നീ എവിടെയായിരുന്നു എന്ന് ചോദിച്ചാലോ? വീടുവിട്ട് പോകുമ്പോൾ പപ്പേച്ചി നഗരത്തിലെ ഹോസ്റ്റലിൽനിന്ന് പഠിക്കുകയായിരുന്നു. പപ്പേച്ചി ഒപ്പമുണ്ടായിരുന്നേൽ ഒരുവേള- അമ്മയുടെ മരണശേഷം അച്ഛൻ സദാ മൗനിയായിരുന്നു. പപ്പേച്ചീം അകലെ നഗരത്തിലായതോടെ വീട് നിശ്ശബ്ദമായി. പഠിത്തത്തിലെ ഗതിമാറി പുറംവായനകളിൽ മുഴുകിയതോടെ അച്ഛൻ തീർത്തും അകന്നു. എന്തേലും ചോദിച്ചാൽ മറുപടി ഒരു വാക്കിലോ നോക്കിലോ ഒതുക്കി. വരാന്തയിലെ ചാരുകസേരയിൽ എവിടേക്കോ കണ്ണുനട്ട് ഒരേ കിടപ്പ്. വിശപ്പില്ല. ഇടവിട്ട് ഓരോ കട്ടൻ കുടിക്കും. നാലുംകൂട്ടി മുറുക്ക്. ഇടയ്ക്ക് മേൽമുണ്ടെടുത്തിട്ട് എവിടേക്കോ നടന്നുപോകും. വീട്ടിലെ തനിച്ചാവലിൽ വായനയായിരുന്നു കൂട്ട്.

വീടിന്റെ നിശ്ശബ്ദതയിൽനിന്നായിരുന്നു ആ ഒളിച്ചോട്ടം. വായന തുറന്നിട്ട വഴികളിലൂടെ.എവിടേക്കെന്നറിയാതെ വടക്കോട്ടുള്ള തീവണ്ടിയിൽ തുടങ്ങിയ യാത്ര. ചെന്നെത്തിയത് കാശിയിൽ. ഗംഗയുടെ മാറിൽ. വിശപ്പ് ജീവനെ വേട്ടയാടിയപ്പോൾ ഗംഗയുടെ തീരത്ത് ചെറിയൊരു തൊഴിൽ തരപ്പെട്ടു.

മണികർണികാ ഘട്ടിൽ.

ജീവൻ കൂടൊഴിഞ്ഞുപോയ ജഡങ്ങൾക്ക് ചിതയൊരുക്കുന്ന ജോലി. ഓരോ ചിതയും എരിഞ്ഞടങ്ങുമ്പോൾ ജീവിതത്തിൽനിന്ന് മരണത്തിലേക്കുള്ള ദൂരം കുറഞ്ഞുവന്നു. കുറേ മാസങ്ങൾ അങ്ങനെ കടന്നുപോയി. ഒരു ദിവസം കാശിയുടെ ചിത്രങ്ങളെടുക്കുവാൻ ഒരു സായ്പ്പ് വന്നു - ഫ്രിറ്റ്സ്വാൾ. ജർമനിയിലെ ബവേറിയൻ പർവതപ്രാന്തത്തിൽനിന്നു വന്നയാൾ, ബനാറസിൽ വന്ന് ഹിന്ദുമതം സ്വീകരിച്ചിരുന്ന വ്യക്തി. അതിനൂതനമായൊരു കിർലിയൻ ക്യാമറ[1] ഉണ്ടായിരുന്നു കൈയിൽ.

---

1. ഊർജ്ജപ്രസരങ്ങളുടേയും പ്രഭാവലയങ്ങളുടേയും ചിത്രമെടുക്കാവുന്ന ക്യാമറ

മനുഷ്യന്റെ കണ്ണുകൾക്ക് അദൃശ്യമായവ ഒപ്പിയെടുക്കുന്നതായിരുന്നു അതിന്റെ കണ്ണുകൾ. കാശിയുടെ ഒരുപാട് ചിത്രങ്ങളെടുത്തു. അതിലൊന്നിൽ ഹോമകുണ്ഡത്തിലെ പുകയിൽ ഊർജതാണ്ഡവം തെളിഞ്ഞു കണ്ടു.

കോസ്മിക് ഡാൻസ്. സായ്പ്പ് അതിന് ഒരു അടിക്കുറിപ്പ് നല്കി.

മണികർണികാ ഘട്ടിലെ ചിതകൾ സായ്പ്പ് ഇടയ്ക്കിടെ സന്ദർശിക്കും. ചിത്രങ്ങളെടുക്കും. രാത്രി, കാശി ഉറക്കത്തിലാണ്ടു കഴിയുമ്പോൾ ക്യാമറയുമായി വരും.

''നീ ആത്മാക്കളെ കണ്ടിട്ടുണ്ടോ?'' ഒരു രാത്രി അദ്ദേഹം ചോദിച്ചു.

''ഇല്ല.''

''ദാ.'' അദ്ദേഹം അകലേക്ക് ചൂണ്ടി. ''അവിടെ ഒരു പരേതാത്മാവ് വിഹരിക്കുന്ന ഇടമാണ്.''

കാലഭൈരവ ക്ഷേത്രത്തിന് സമീപം തപാലാപ്പീസിന്റെ വരാന്തയോട് ചേർന്നുള്ള ഇടനാഴിയിലേക്കാണ് അദ്ദേഹം വിരൽചൂണ്ടിയത്.

''നിനക്ക് കാണണോ?'' സായ്പ്പ് ഒളിഞ്ഞിരുന്ന് ചിത്രമെടുത്തു. ഫ്ളാഷില്ല. ഇരുട്ടിൽ ക്യാമറയ്ക്ക് കണ്ണു കാണാം. പോളറോയ്ഡ് ഫിലിമിൽ ചിത്രം തെളിഞ്ഞു. ഇടനാഴിയിലെ ഇരുട്ടിൽ വെളുത്ത മൂടൽമഞ്ഞു പോലെ ഒരു രൂപം.

ഇതാരെന്ന് ഞാൻ അന്വേഷിച്ചു. സായ്പ്പ് പറഞ്ഞു.

പർവ്വത ശരീരനായൊരു ബാബ കുറേക്കാലം ആ ഇടനാഴിയിൽ തപസ്സിരുന്നു. നഗ്നനായിരുന്നു. 'നംഗബാബ'യെന്നാണ് വിളിച്ചിരുന്നത്. ഒരിക്കൽ പൊലീസുകാർ വന്ന് പിടിച്ചുകൊണ്ടുപോയി ലോക്കപ്പിലിട്ടു. പിറ്റേന്ന് നോക്കിയപ്പോൾ നംഗബാബ ഇടനാഴിയിൽത്തന്നെയുണ്ട്, ലോക്കപ്പ് പുറത്തുനിന്നും പൂട്ടിയപാടേ. ഒടുവിൽ അതേ പൊലീസുകാർ തന്നെയായി ബാബയുടെ കടുത്ത ആരാധകരായി. ബാബ ഇപ്പോഴും അവിടംവിട്ട് പോയിട്ടില്ല. ചില ആത്മാക്കൾ അങ്ങനെയാണ്. അവ വിഹരിച്ച ഇടം വിട്ടെങ്ങും പോവില്ല.

''അന്ധവിശ്വാസമെന്ന് കരുതി തള്ളിക്കളയാവുന്നതല്ല ആത്മാവ്.'' ഫ്രിറ്റ്സ്വാൾ പറഞ്ഞു. ''ആത്മാവ് ഊർജ്ജമാണ്. ഭൗതികശാസ്ത്രത്തിലെ മറ്റൊരു പ്രതിഭാസം. ഇനിയും തെളിയിക്കാനുള്ളത്. ജീവനോടെ നിലനിന്നിരുന്ന വസ്തുവിന്റെയോ സംഭവത്തിന്റെയോ ഫോട്ടോഗ്രാഫിക് ഇമേജ് വളരെക്കാലം പ്രകൃതിയിൽ നിലനില്ക്കും. അത് രണ്ട് വിധമുണ്ട്. ആദ്യത്തേതിനെ ഞാൻ 'ടൈം സ്ലിപ്' എന്നു വിളിക്കും. പണ്ട് നടന്ന ഒരു സംഭവത്തിന്റെ ദൃശ്യങ്ങൾ ഇപ്പോൾ ഒരാളുടെ കണ്ണിൽ പെടുന്നു എന്ന് കരുതുക. അത് 'ടൈം സ്ലിപ്' ആണ്. അത് പ്രകാശത്തെ പ്രതിഫലിപ്പിക്കാത്തതിനാൽ ക്യാമറയിൽ പതിയില്ല. രണ്ടാമത്തേത് മനുഷ്യമനസ്സിലെ ഊർജ്ജത്താൽ അനിമേറ്റഡ് ആയി പുതുതായി രൂപം

കൊള്ളുന്നതാണ്. ഞാനതിനെ 'സൈക്കോ പ്ലാസ്റ്റ് ഫാന്റം' എന്ന് വിളിക്കുന്നു. അത് ക്യാമറയിൽ പതിയും.

ചില ഗോസ്റ്റ് ഇമേജുകൾ അവ പതിവായി സഞ്ചരിച്ചിരുന്ന പാതയിലൂടെ സഞ്ചരിക്കുന്നതായി അനുഭവപ്പെടാം. ഏതു തരംഗദൈർഘ്യത്തിലെന്നറിയില്ല. തീർച്ചയായും മനുഷ്യന്റെ കണ്ണുകൾക്ക് ഗോചരമായ ഉയർന്ന പരിധിക്കപ്പുറമാവാനേ തരമുള്ളൂ.''

ഉറ്റവരുടെയോ ഉടയവരുടെയോ ആത്മാക്കൾ ചിലപ്പോൾ പ്രിയപ്പെട്ടവരെ അനുഗമിച്ചെന്നു വരാം. ഏതോ കാന്തികബന്ധംപോലെ. അവയ്ക്കൊന്നും ചെയ്യാനാവില്ലായിരിക്കാം. നിങ്ങളുടെ സാമീപ്യം അറിയാമെന്നതൊഴികെ. കാണാനോ കേൾക്കാനോ തൊട്ടറിയാനോ അവയ്ക്കാവില്ല. ഒരാൾ അതിന്റെ മുന്നിൽ അകപ്പെട്ടുവെന്ന് സങ്കല്പിക്കുക. പേടിച്ചു വിറയ്ക്കുന്ന നിമിഷം അയാളുടെ സൈക്കിക് എനർജി, അതായത് മാനസികോർജ്ജം അതിലേക്ക് നിഷ്ക്രമിക്കും. സ്വതേ ശക്തിയില്ലാത്ത ആ ഇമേജ് പെട്ടെന്ന് അനിമേറ്റഡ് ആയെന്നുവരും. അത് ആക്രമിക്കാൻ വരുന്നതായി തോന്നും. സത്യത്തിൽ ആ ഇമേജ് നിരുപദ്രവകാരിയാണ്. നമ്മുടെ ഉള്ളിലെ ഭയമാണതിനെ ഉത്തേജിപ്പിക്കുന്നത്. ദാ, നീ ഈ ചിത്രം നോക്കൂ.'' സായ്പ്പ് നിറം മങ്ങിയൊരു ചിത്രമെടുത്തു കാട്ടി. കോണിപ്പടിക്കരികെ മൂടൽമഞ്ഞുപോലൊരു രൂപം. ഒറ്റനോട്ടത്തിൽ അതൊരു കുട്ടിയാണെന്നു തോന്നി. കോണിച്ചുവട്ടിൽ ചുവരിന്റെ കോണിൽ ഒതുങ്ങി, ഭയചകിതനായി കാൽമുട്ടുകൾക്കിടയിൽ തല പൂഴ്ത്തി.

''വളരെ ശരിയാണ്.'' ഫ്രിറ്റ്സ്വാൾ പറഞ്ഞു. ''ബനാറസിൽ ഞാൻ താമസിച്ച വാടകവീട്ടിലേതാണ് ഈ ചിത്രം.

ഒറ്റയ്ക്കായിരുന്നു ഞാൻ. പതിവില്ലാതെ രാത്രിയിൽ ഒരു കുട്ടിയുടെ തേങ്ങൽ കേട്ടു. കോണിച്ചുവട്ടിൽ ചുവരിനോടു ചേർന്നായിരുന്നു അതിന്റെ ഉറവിടം. വഴിതെറ്റി വന്ന ഏതോ കുട്ടി അകത്ത് കടന്നുകൂടിയതാവാം എന്നാണ് ആദ്യം കരുതിയത്. മോഷണത്തിന് വന്നതായിക്കൂടെന്നുമില്ല. പുറത്തു കടക്കാനാവാതെ വന്നപ്പോൾ എന്റെ ദയ പിടിച്ചുപറ്റാൻ ഏങ്ങിയേങ്ങി കരയുകയാവാം.

സ്വിച്ചിന്റെ സ്ഥാനം എനിക്കറിയാമായിരുന്നു.അവൻ ഓടിമാറിയാൽ പിടികൂടാൻ പാകത്തിൽ കൈനീട്ടി ഞാൻ ലൈറ്റ് തെളിച്ചു. വെളിച്ചം വന്നതും ഒച്ച നിലച്ചു. കോണിയുടെ ചോട്ടിൽ അവനില്ലായിരുന്നു. പുറത്തേക്കോടിപ്പോകാൻ പഴുതുകളില്ലായിരുന്നു. പിന്നീട് നിരവധി രാത്രികൾ ഞാൻ കരുതിയിരുന്നു. അതുണ്ടായില്ല.

അങ്ങനെ ഒരു ദിവസം ഞാനൊരു നീണ്ട യാത്ര കഴിഞ്ഞ് തളർന്നുറങ്ങുകയായിരുന്നു. ഞാൻ ഒന്നു മയങ്ങിയുണർന്ന നേരം. അതാ കേൾക്കുന്നു, കോണിച്ചുവട്ടിലെ തേങ്ങൽ. ക്യാമറയുമായി ഞാൻ കോണിയിറങ്ങി. താഴെ എത്തിയതും ശബ്ദത്തിന്റെ ഉറവിടത്തിലേക്ക്

ക്ലിക്ക് ചെയ്തു. അന്നു കിട്ടിയ ചിത്രമാണിത്. ചിത്രമെടുത്തതും തേങ്ങൽ നിലച്ചു. പിന്നീട് ആ വീടിനെക്കുറിച്ച് ഞാൻ അന്വേഷിച്ചു. മുമ്പെങ്ങോ ഒരു ദുരന്തം നടന്ന വീടായിരുന്നു.

പ്രകൃതിയെപ്പോലും നടുക്കുന്ന ചില സംഭവങ്ങൾ ഫോട്ടോഗ്രാഫിക് ഇമേജുകളായി ഭൂമിയിൽ തങ്ങിനില്ക്കാറുണ്ട്. പുറത്തുനിന്ന് ഏതെങ്കിലും ഇടപെടലുണ്ടാവുന്ന നിമിഷം അതില്ലാതാവുന്നു. കുരുക്ഷേത്രയിലൂടെ ഒരു രാത്രി തനിച്ചു നടന്നപ്പോൾ മുറിവേറ്റു വീണവരുടെ നിലവിളി എന്റെ കാതുകളിൽ വന്നലയ്ക്കുന്നതായി തോന്നി. ഇരുട്ടിലൂടെ കുതിരകളും കാലാളുകളും അലറിക്കുതിക്കുന്നതായും.

ചില മനുഷ്യരുടെ കണ്ണുകളിൽ ഇത്തരം ദൃശ്യങ്ങൾ താനേ വന്നുപതിയും, അപൂർവം ചിലർക്ക് മാത്രമേ അത് കാണാനാവൂ. നായ്ക്കൾക്ക് അങ്ങനെയൊരു കഴിവുണ്ടാവണം. ചില രാത്രികളിൽ അവ വിചിത്രമായി കരയുന്നത് കേൾക്കാറില്ലേ? രാത്രി ആൾപ്പെരുമാറ്റമില്ലാത്ത ഒരിടത്ത് തനിച്ചിരിക്കുമ്പോൾ കഴുത്തിന് പിന്നിൽ തണുത്ത സ്പർശം അനുഭവപ്പെടാറുണ്ടോ? നീ ഇന്നു രാത്രി ശ്രദ്ധിക്കുക.

പ്രിയപ്പെട്ടവരുടെ ആത്മാവിനെ മനസ്സിൽ ധ്യാനിക്കുക. അവരുടെ സാമീപ്യത്തിനായി കൊതിക്കുക. മറ്റാരും അടുത്തുണ്ടാവരുത്. ഒറ്റയ്ക്കൊരു മുറിയുടെ സ്വച്ഛതയിൽ, ആത്മാവിന്റെ വരവിനായി കാത്തിരിക്കുക. മുറിയിൽ അരണ്ട വെളിച്ചമേ ആകാവൂ. ജനാലകൾ തുറന്നിട്ടേക്കുക. അല്പം മൂടൽമഞ്ഞുള്ള, തണുത്ത രാത്രിയാണെങ്കിൽ നന്ന്. പ്രിയപ്പെട്ടവരെ മനസ്സിലോർത്ത് കണ്ണടച്ച് ധ്യാനത്തിലങ്ങനെ ഇരിക്കുക.''

ഫ്രിറ്റ്സ്വാൾ പറഞ്ഞതുപോലെ താൻ ചെയ്തു. ശരിയായിരുന്നു.

അല്പം കഴിഞ്ഞ് കഴുത്തിന് പിന്നിൽ തണുത്ത നിശ്വാസംപോലെ. ആരോ ശ്വാസം ഊതിവിടുന്നതുപോലെ. തണുവാർന്ന വിരലുകളാൽ ആരോ തലോടാൻ ശ്രമിക്കുന്നതുപോലെ:

''ആത്മാവിന്റെ സ്പർശമാണത്.''

സായ്പ്പ് പറഞ്ഞത് സത്യമായിരുന്നു. രാത്രി, ഉറക്കത്തിനായി കണ്ണടയ്ക്കുംമുമ്പ് ഞാൻ അമ്മയെ ഓർത്തു. കാൽവിരലുകൾ മുതൽ നെറ്റിവരെ തണുവാർന്ന സ്പർശം അനുഭവപ്പെട്ടു. അമ്മ പറയുന്നതുപോലെ. ''നീയറിഞ്ഞില്ലല്ലോ. അച്ഛനും ഭൂമിവിട്ടു പോന്നു. പാവം, അവൾക്കാരുമില്ലാതായി.''

സായ്പ്പ് പിറ്റേന്ന് പുലർച്ചെ മടക്കയാത്രയ്ക്കൊരുങ്ങി.

അതിനൂതനമായ ക്യാമറ ബാക്ക്പായ്ക്കിൽ ഒതുക്കുന്നതിനിടയിൽ പറഞ്ഞു.

"നിനക്കറിയുമോ? ഞാനൊരു പ്രൊട്ടസ്റ്റന്റ് മതക്കാരനായിരുന്നു. മ്യൂനിച്ചിൽ ഫിസിക്കൽ കോസ്മോളജി[2]യിൽ ഗവേഷണം നടത്തുന്നതിനിടയിൽ എൽ.എം.യു.വിലെ[3] എന്റെ ഗൈഡ് ഡോ. സ്റ്റീവിൽ നിന്നാണ് ശിവന്റെ മൂന്നാംകണ്ണിനെക്കുറിച്ച് കേൾക്കാനിടയായത്. ഗവേഷണം നിർത്തിവെച്ച് ഞാൻ ഇന്ത്യയിലേക്ക് പോന്നു. അതിതീക്ഷ്ണമായ ആ കോസ്മിക് റേഡിയേഷന്റെ ഉറവിടം തേടി, ശിവതീർത്ഥങ്ങളിൽനിന്ന് ശിവതീർത്ഥങ്ങളിലേക്ക്. ഈ യാത്രയിൽ ഒരു വസ്തുത എനിക്ക് ബോധ്യപ്പെട്ടു. നമ്മൾ കാണുന്നതും കേൾക്കുന്നതും തൊട്ടറിയുന്നതും മാത്രമല്ല ഈ ലോകം. കേൾവിക്കും സ്പർശത്തിനും കാഴ്ചയ്ക്കും വഴിപ്പെടാത്ത മറ്റൊരു ലോകമുണ്ട്, നമുക്കുചുറ്റും. ആ ലോകത്ത് വ്യാപരിക്കുന്ന ഒരാളെ എനിക്കറിയാം. ഹിമാലയത്തിലെ സാനുക്കളിൽ. ദിവ്യനെന്നോ യോഗിയെന്നോ ഫക്കീറെന്നോ ബാബയെന്നോ വിളിക്കാം. ഞാൻ അവിടേക്കാണ്. നീ വരുന്നോ? എന്റെ മനസ്സ് പറയുന്നു, ഞാനിവിടെ എത്തിയത് നിന്നെ അവിടേക്ക് കൂട്ടിക്കൊണ്ടുപോകാനാണെന്ന്. ഫക്കീറിന്റെ നിയോഗം അനുസരിച്ച് നിന്നിലെന്തൊക്കെയോ പ്രത്യേകതകൾ ഞാൻ കാണുന്നുണ്ട്.

മണികർണികാ ഘട്ടിൽ ആദ്യമായി നിന്നെ ഞാൻ കാണുമ്പോൾ ചിതകൾക്ക് നടുവിൽ തനിച്ചായിരുന്നു നീ. ചിതകൾ എരിഞ്ഞുതീരും മുമ്പേ സ്ഥലം വിടുന്നവരാണ് ഇവിടത്തെ പാണ്ഡേകൾ. നീ ജഡങ്ങളോടുപോലും നീതി പുലർത്തി."

അതേ, ബാബ എന്നോട് കല്പിക്കുന്നു.

"നിന്നെ കൂട്ടിക്കൊണ്ട് വേഗം അവിടെയെത്താൻ."

അപ്പോൾ തന്റെ മനസ്സിനകത്തിരുന്നും ആരോ പറയുന്നുണ്ടായിരുന്നു "വരിക, നീ ഇവിടേക്ക് വരിക."

ഫ്രിറ്റ്സ്വാളിനൊപ്പം ജീവിതത്തിന്റെ ഗതി നിർണ്ണയിച്ച യാത്ര തുടങ്ങിയതവിടെനിന്നാണ്.

---

2. *ഉപനിഷത്തിന്റെ ഉത്ഭവത്തേയും പരിണാമത്തേയും കുറിച്ചുള്ള ഭൗതികശാസ്ത്രശാഖ*

3. *മ്യൂണിച്ചിലെ പ്രശസ്തമായ ലുഡ്‌വിഗ് – മാക്സിമില്യൻ യൂണിവേഴ്സിറ്റി*

നാല്

ദേവുവാണ് അത് കണ്ടുപിടിച്ചത്. ജാതമാമ വന്നുകേറിയതുമുതൽ ഏതോ ഒരു സൗരഭ്യം എവിടെനിന്നോ ഒഴുകിവരുന്നു. പാലപ്പൂവിന്റെ... പനിനീരിന്റെ... ചെമ്പകത്തിന്റെ... അതോ പേരറിയാത്ത ഏതേലും ആകാശ കുസുമങ്ങളുടെ ഗന്ധമാണോ ആവോ? ഏതായാലും ജാതമാമേടെ ദേഹത്തൂന്നോ ഉടുതുണീന്നോ അല്ലെന്നുറപ്പ്. ഒരു ദിവസം അരമതിലി നരികെ നില്ക്കുമ്പോഴായിരുന്നു. ഈർക്കില് മുല്ലേടെ ഗന്ധം.

ജാതമാമ അരമതിലിൽ ചാരി ഇരിക്കുകേം. മുല്ല പൂത്തോ എന്നോർത്ത് മുല്ലത്തടത്തിൽ നോക്കിയപ്പോ കരിമൊട്ടുപോലുമില്ല. ആ സൗരഭ്യം അര മതിലിനു ചുറ്റും ഒഴുകുകയായിരുന്നു. അതറിഞ്ഞിട്ടെന്നവണ്ണം ജാത മാമ കണ്ണുമടച്ച്, ലയിച്ചിരിക്കുന്നത് കണ്ടു.

മുടിയിൽ സ്നേഹത്തോടെ ആരേലും വിരലോടിക്കുമ്പം നമ്മൾ എല്ലാം മറന്ന് അങ്ങനെ ലയിച്ചിരിക്കില്ലേ, അതേപോലെ. ജാതമാമ അന്നേരം വേറൊന്നും അറിയുന്നേയില്ല. ഈ ലോകത്തേ ആയിരുന്നില്ല, അതിനേക്കാൾ അതിശയകരമായി ഒന്നുണ്ടായി. നിലാവുള്ള ഒരു രാത്രി യിൽ തോർത്തുമെടുത്ത് കാവുമുറ്റത്തെ കുളത്തിന് നേർക്ക് നടന്നു. അതുകണ്ട് അമ്മ അകത്തുനിന്ന് വന്നു.

''ജാതാ, ഏടയ്ക്കാ ഈ നേരത്ത്?''

''വെറുതെ കുറച്ചുനേരം കാവിലെ കുളത്തിലൊന്നു മുങ്ങിക്കിടക്കാൻ?'' ജാതമാമ പറഞ്ഞു. ''അകത്ത് വല്ലാത്ത ആവിയല്ലേ പപ്പേച്ചീ!''

''സർപ്പക്കുളത്തിലോ?'' അമ്മ പരിഭ്രമിച്ചു. ''നിനക്കറീല്ലേ, ആരും എറങ്ങാറില്ല, സർപ്പക്കൊളത്തില്. ആപത്തൊന്നും വരുത്തിവയ്ക്കണ്ട.

''അതൊക്കെ പണ്ടല്ലേ, പപ്പേച്ചീ'' ജാതമാമ ചിരിച്ചു. ''കാലം മാറീല്ലേ?''

''വേണ്ട, വേണ്ട.'' അമ്മ തടഞ്ഞു.

''പപ്പേച്ചി വേവലാതിപ്പെടണ്ട. ഇച്ചിരിനേരം വെള്ളത്തിലൊന്ന് കിട ന്നെന്നുവെച്ച് ഒന്നുമുണ്ടാവാൻ പോണില്ല.'' ജാതമാമ നടന്നു.

അമ്മ വിഷമിച്ചു നിന്നു. അപ്പോഴാണ് തന്നെ കണ്ടത്.

“ദേവൂ, നീ കൂടെ കൂട്ടുചെല്ല്, കരേലിരുന്നാൽ മതി.”

അയ്യേ, പ്രായം തികഞ്ഞൊരു പെണ്ണുവന്ന് കൂട്ടിരിക്ക്യേ.” ജാതമാമ പരിഹസിച്ചു. “മോശം.”

“മോശമാവട്ടെ, ന്നാലും തനിച്ചു വിടണ പ്രശ്നമില്ല.”

“വേണ്ട” ജാതമാമ ഗൗരവത്തിലായി. “ദേവൂ, നീ മുതിർന്ന പെൺകുട്ടിയാണ്. രാത്രി പുറത്തിറങ്ങി നടക്ക്കേ? അതുവേണ്ട.” ജാതമാമ ധൃതിയിൽ നടന്നു.

മനസ്സുറപ്പ് വന്നില്ല. കാവിനെക്കുറിച്ച് ഒരുപാട് കഥകൾ കേട്ടിട്ടുള്ളതല്ലേ? ജാതമാമ അറിയാതെ മരങ്ങളുടെ മറവുപറ്റി പിന്നാലെ ചെന്നു. കാവിന്റെ പിന്നിലാണ് കുളം.

ചെങ്കല്ല് കെട്ടിയ പടവുകൾ. കൂറ്റൻ ഒരിലഞ്ഞി നിഴൽ വീഴ്ത്തി നില്പ്പുണ്ട്. ഇലഞ്ഞിയുടെ പൂക്കളും ഇലകളും ചുള്ളികളും വീണഴുകിയ പകുതിയോളം ഭാഗവും ആഴത്തിൽ ചെളിയാണ്. നൂറിലേറെ വയസ്സുണ്ട് ഇലഞ്ഞിക്ക്. അരികെ കുട ചൂടി നില്ക്കുന്ന ഏഴിലംപാലേം നീരോട്ടീം പിന്നീട് കിളുത്തു വന്നതാണ്. പിന്നെയുള്ളത് ഒരു മരോട്ടി. പാലേടെ പകുതിയേ പൊക്കമുള്ളൂ. എന്നാലും നാലുപാടേക്കും ശാഖകൾ നീട്ടി പലതരം വള്ളികളും പടർപ്പുകളും വരിഞ്ഞു മുറുക്കിയിട്ടുണ്ട്. അമൃത്, ആനവള്ളി, ചിറ്റമൃത്, വള്ളിയുഴിഞ്ഞ.. പിന്നേയും പേരറിയാത്ത ഏതൊക്കെയോ... ഇലഞ്ഞിയുടെ പൊത്തിൽ കൂമനുണ്ട്, ചെമ്പോത്തുണ്ട്. വേറെയും ഏതൊക്കെയോ ജീവികളുമുണ്ട്. വെരുക്, മരപ്പട്ടി, ഉടുമ്പ് അങ്ങനെയങ്ങനെ...

കാവിന്റെ ഉച്ചിയിൽ നിലാവ് വന്നുവീഴുന്നത് കാണാൻ രസമാണ്. ജാതമാമ യാതൊരു കൂസലുമില്ലാതെ വെള്ളത്തിലേക്കിറങ്ങി. നിലാവിൽ ഓളങ്ങൾ വെട്ടിത്തിളങ്ങി. വെള്ളം അനങ്ങിയത് കേട്ടിട്ടാവും പക്ഷികൾ പേടിച്ചരണ്ട് ഉണർന്നു. ഒന്നുരണ്ട് കൂമന്മാർ ഒരുമിച്ച് 'ഗൂബ് ഗൂബ്' എന്നു മൂളി. കൂമനൊന്ന് മൂളിയാൽ കൂമത്തി രണ്ട് മൂളും. പക്ഷികൾ പേടിച്ച് ചിറകലയ്ക്കുന്ന ഒച്ച.

ദുർഭൂതത്തിന്റെ ശംഖുവിളിപോലെ ഏതോ പക്ഷി ഒച്ച വെയ്ക്കുന്നു. ആ ചീവിടുകൾ കൂട്ടത്തോടെ ഇളകി. ഇണപിരിഞ്ഞ വള്ളികളിലും അനക്കം. കാവിനടുത്തുനിന്ന് “ഗുഗ്ഗു... ഗുഗ്ഗു...” എന്നൊരു മൂളൽ. അഗാധമായ കിണറിനുള്ളിൽനിന്ന് പൊന്തിവരുന്നതുപോലുള്ള ഒച്ച. കാവിനുള്ളിൽ ആഴമേറിയൊരു കിണറുണ്ട്. അതിന്റെ പടവുകളിറങ്ങിച്ചെന്നാൽ നാരകത്തറ അമ്പലക്കുളത്തിലെത്തുമത്രെ. പണ്ടാരോ ഇറങ്ങിനോക്കി. നാരകത്തറെ എത്തിയതുമില്ല, മടങ്ങിവന്നതുമില്ല.

രണ്ടു തലമുറയ്ക്കു മുമ്പുവരെ കാവിൽ കളമെഴുത്തും പാട്ടും ഉണ്ടായിരുന്നു. മൂന്നു കളം. പകൽ നാഗരാജാവിന്റെ ഭസ്മക്കളം. സന്ധ്യയ്ക്ക്

നാഗയക്ഷി. രാത്രി പറനാഗത്തിന്റേയോ അഞ്ജനമണിനാഗത്തിന്റേയോ. പതിവു തെറ്റിച്ച് ഒരിക്കൽ രാത്രി കരിനാഗത്തിന് കളമിട്ടു. അന്നത്തെ വലിയമ്മാവന്റെ വാശി. കരിനാഗമായിരുന്നു കാർന്നോരുടെ കുലദേവത. കരിനാഗം കാർന്നോർടെ വിളിപ്പൊറത്തായിരുന്നു. തറവാട്ടിൽ എവിടെ നോക്കിയാലും കരിനാഗത്തിന്റെ ശില്പങ്ങളും തറകളും മാത്രം. കാർന്നോര് കിടന്നിരുന്ന കാഞ്ഞിരത്തിന്റെ കട്ടിലിന്റെ തലപ്പത്തും കൊത്തി വച്ചിരിക്കുന്നത് പത്തിവിടർത്തിയ കരിനാഗത്തെയാണ്.

കൽത്തൂണുകളിൽ കരിനാഗം

മുഖപ്പൂക്കളിൽ കരിനാഗം

വാതിൽപ്പടികളിൽ കരിനാഗം

നെരപ്പലകകളിൽ കരിനാഗം

രോമാവൃതമായ നരച്ച കൈത്തണ്ടയിലും ഒളിഞ്ഞുകിടന്നിരുന്നു, പച്ചകുത്തിയ കരിനാഗം. കരിനാഗത്തിന് വെളിച്ചം തീരെ പിടിക്കില്ല. അതുകൊണ്ട് കാവിൽ നിത്യേന തിരി തെളിച്ചിരുന്നില്ല. നേദ്യമായി ആഴ്ചയിലൊരിക്കൽ കരിമ്പെട കോഴികളെ കിണറ്റിലേക്കെറിഞ്ഞു കൊടുക്കും. നല്ല സർപ്പങ്ങൾ കരിനാഗത്തെ തീണ്ടില്ല. അതുകൊണ്ടാവാം കരിനാഗത്തിനു കളമെഴുതാൻ തുനിഞ്ഞത് സർപ്പങ്ങളെ ക്ഷുഭിതരാക്കി. കുടം മീട്ടാൻ വന്ന പുള്ളോത്തിപ്പെണ്ണ് രണ്ടാംകളം കഴിഞ്ഞതും തീണ്ടാർന്നു.

കാർന്നോര് കുലുങ്ങിയില്ല. ''കുടം മീട്ടാൻ അമ്മപ്പുള്ളോത്തിയുണ്ടല്ലോ? രജസ്വല തൊട്ടുതൊടാതെ മാറിയിരിക്കട്ടെ.''

കാർന്നോരുടെ കരിനാഗക്കണ്ണ് പെണ്ണിന്റെ മേൽ പതിഞ്ഞു. കതിരുപോലത്തെ എണ്ണക്കറുമ്പി പെണ്ണ്. കറുപ്പെങ്കിലും എള്ളിൻപൂവ് നാസിക. നിറഞ്ഞു കൂമ്പിയ മാറ്, പുള്ളുവപെണ്ണിന് 'മാറിയിരിക്കാൻ' വയലിലെ കളപ്പുര ഒരുക്കിക്കൊടുക്കാൻ കാർന്നോര് ഏർപ്പാടാക്കി.

കളംപാട്ട് തുടങ്ങി. പാതിരാവോളമായി. നാഗദൈവങ്ങൾ തുള്ളിവന്നില്ല. ഒടുവിൽ കാപ്പിന്റേയും കന്യാവിന്റേയും[1] കൈയിലിരുന്ന പൂക്കുലകൾ വിറയാർന്നു. കാപ്പും കന്യാവും തുള്ളുകയോ? കണ്ടുനിന്നവർ പരിഭ്രാന്തരായി. കാർന്നോരെവിടെ? കാർന്നോരെ കാണാനില്ലല്ലോ. പുള്ളോനും പുള്ളോത്തിയും പരിഭ്രാന്തിയോടെ നോക്കി. കാപ്പും കന്യാവും തുള്ളിയെണീറ്റു. പാട്ട് മുഴുമിക്കുംമുമ്പേ രണ്ടാളും കളം മായ്ക്കാൻ തുടങ്ങി. പാമ്പുകൾ കുതിക്കുംപോലെ കരിനാഗത്തിന്റെ കളത്തിനു മീതെ കുതിച്ചു ചാടി. പെണ്ണുങ്ങൾ ഭീതിയോടെ വായ്ക്കുരവയിട്ടു. ആണുങ്ങൾ ആർപ്പുവിളിച്ചു.

---

1. തറവാട്ടിലെ ചെറിയ ആൺകുട്ടിയേയും പെൺകുട്ടിയെയുമാണ് കാപ്പും കന്യാവുമാക്കുക. മുതിർന്നവർ അനുഗ്രഹംകൊണ്ടു തുള്ളിവരാതിരുന്നാൽ കളം മായ്ക്കുന്ന ചുമതല കാപ്പിനും കന്യാവിനുമാണ്.

കാപ്പും കന്യാവും കളം മായ്ച്ചു മായ്ച്ച് പൂക്കുലയുമായി കുതിക്കുകയാണ്. ഓരോ കുതിപ്പിലും കളപ്പന്തലിന്റെ മേൽത്തട്ടിയോളം രണ്ടാളും ഉയർന്നുപൊങ്ങി. വിളക്കുകൾ തട്ടിമറിച്ചു. നിറപറ മറിഞ്ഞു വീണു. കരിനാഗത്തിന്റെ ക്രുദ്ധമായ ഫണം മാത്രമേ മായ്ക്കാൻ ബാക്കിയുള്ളൂ. കരിപുരണ്ട കാപ്പും കന്യാവും കരിനാഗങ്ങളെപ്പോലെ നിലത്ത് വീണിഴഞ്ഞു. വിരൽകുത്തി മേലേക്ക് പൊങ്ങി. പൂക്കുല വീശി ഫണത്തിന്റെ നേർക്ക്.

"നിർത്തിൻ!" പെട്ടെന്നെവിടെനിന്നോ, കാർന്നോര് അലറിക്കുതിച്ചു വന്നു.

"എന്റെ കരിനാഗത്തൊടേതിന്റെ കളം മായ്ക്കല്ല്."

"മാറ്" കാപ്പും കന്യാവും ചീറി. "ദേഹശുദ്ധിയില്ലാണ്ട് അടുക്കരുത്."

കാർന്നോര് ഒന്നറച്ചു. ആൾക്കാരിളകി. പുള്ളോനും പുള്ളോത്തിയും പാട്ടു നിർത്തി. ഇരുട്ടിലെവിടെയോ നിന്നോ പുള്ളുവപ്പെണ്ണ് കൊടുങ്കാറ്റുപോലെ അലറിപ്പാഞ്ഞുവന്നു.

കരിനാഗപ്പിണരുകൾ കണക്കെ അഴിഞ്ഞുലഞ്ഞ മുടി. ഉടുപുടവകൾ കീറിപ്പറിഞ്ഞ് ചുവടുകളിൽ ചോരച്ചുവപ്പ് ഇറ്റിച്ച്... ചുണ്ടുകളിൽ ചോര കിനിയുന്നുണ്ടായിരുന്നു. കരിനാഗഫണത്തിനുനേർക്കാണവൾ പാഞ്ഞുവന്നത്. കരിനാഗക്കണ്ണുകളിലെ അഭ്രത്തിളക്കം ചൂഴ്ന്ന് നീലാഞ്ജനക്കല്ലും കരിയും വാരി കാർന്നോരുടെ നേർക്ക് അവൾ വീശിയെറിഞ്ഞു.

"ദുഷ്ടാ" അവൾ അലറിവിളിച്ചു. തീണ്ടാർന്നിരുന്ന എന്നെ പിച്ചിച്ചീന്തിയ നീയും നിന്റെ ആൺ പിൻമുറക്കാരും ഗതികിട്ടാതലയട്ടെ."

പുള്ളുവപ്പെണ്ണ് പിന്നെ കാവിലേക്കാണ് കുതിച്ചത്. പിന്നാലെ പാഞ്ഞവർ കണ്ടത് കരിനാഗം കൂടിയിരിക്കുന്ന പാതാളക്കിണറ്റിലേക്കവൾ കൂപ്പുകുത്തുന്നതാണ്. കാവിലെ കളമെഴുത്തും പാട്ടും അതോടെ നിന്നു. പുള്ളുവപ്പെണ്ണിന്റെ ദുരാത്മാവ് ഇപ്പോഴും കരിനാഗപ്പിണരാർന്ന മുടിയഴിച്ചിട്ട്, രാത്രികളിൽ കാവുമുറ്റത്ത് ഉലാത്താറുണ്ടത്രെ. തറവാട്ടിൽ അതിൽപ്പിന്നെ ആൺതരി വാണിട്ടില്ല. കാർന്നോര് എല്ലാം ഇട്ടെറിഞ്ഞ് കാശിക്കുപോയി. ഒടുവിലൊരാണുണ്ടായതാണ് ജാതമാമ.

ദേവു കുളത്തിലേക്ക് നോക്കി. ജാതമാമ പിറകോട്ട് നടന്ന് തോളൊപ്പം വെള്ളത്തിൽ കണ്ണുകളടച്ച് നില്ക്കുകയാണ്. കൂമനാണെന്ന് തോന്നുന്നു. കാവിനകത്തു നിന്നെന്തോ പാറിവരുന്നു. പക്ഷി പറന്നുവന്ന് ജാതമാമയുടെ ഉച്ചിയിലിരുന്നു. ഈശ്വരാ! എങ്ങനാ ഒച്ചവെയ്ക്കുക? ഒളിച്ചു നിന്നതറിഞ്ഞാൽ ജാതമാമയ്ക്ക് ദേഷ്യം വന്നാലോ?

പക്ഷി ഇരുന്ന ഇരിപ്പിൽ തല ചുറ്റി കണ്ണുരുട്ടുന്നു. തൂവൽ ചെവികളും ഉണ്ടക്കണ്ണുകളും. കരിമ്പിച്ച ദേഹം. പക്ഷി കാവിലേക്കും ചുറ്റുപാടും കണ്ണിൽപ്പെടാത്തത്ര വേഗത്തിൽ തല വെട്ടിച്ച് നോക്കുന്നു. ജാതമാമ

പെട്ടെന്ന് വെള്ളത്തിലേക്ക് താണതും പക്ഷി മേലേക്കുയർന്ന് കാവിലേക്ക് പറന്നുപോയി. ഈശ്വരാ, ജാതമാമയെ കാണാനില്ല. ജലവിതാനത്തിൽ ''ഗുഗ്ളു ഗുഗ്ളു'' ഒച്ചയോടെ കുമിളകൾ പൊന്തിവന്നു. തലയ്ക്കുമീതെ ഒരു വാവൽ ചിറകടിച്ചു പോയി.

പേടിച്ചരണ്ട് വീട്ടിലേക്ക് ഓടിപ്പോകാൻ ഒരുമ്പെട്ടതും കുളത്തിൽ അനക്കം. ദാ, ജാതമാമ വെള്ളത്തിനുമേലെ നെടുനീളെ കിടക്കുന്നു. കാലുകൾ നീട്ടി, കൈകൾ ശരീരത്തോടു ചേർത്ത്, തല തോളൊപ്പം നീർന്ന്, ജീവനില്ലാത്തപോലെ. നിലാവ് കാവിന്റെ ഉച്ചിയിൽനിന്നിറങ്ങി. ജാതമാമയുടെ മേൽ പതിച്ചു. കാവിലെ കലപില നിലച്ചു. കൂമൻ മിണ്ടാതെയായി. ചീവിടുകൾ നിശ്ശബ്ദരായി. ഇലകൾപോലും അനങ്ങാതെയായി.

അതാ, മേഘക്കീറുകളിലൊന്ന് താഴേക്കിറങ്ങി വരുന്നോ? തോന്നലാണോ? അല്ല, നേരായിട്ടും ആകാശത്തൂന്ന് ഒരു മഞ്ചം ഇറങ്ങിവരുംപോലെ. മേഘക്കീറ് ജാതമാമയുടെ നേർക്കാണ്. നിലാവിൽ അത് വെട്ടിത്തിളങ്ങി. ജാതമാമയെ തൊട്ടു തൊട്ടില്ല എന്ന മട്ടിൽ വായുവിൽ അത് തങ്ങിനിന്നു. കാറ്റിൽ അഭൗമമായൊരു പരിമളം പരന്നു. എങ്ങും നിശ്ശബ്ദം ഇല അനങ്ങിയാലറിയാം.

ആകാശത്തുനിന്ന് നിലാവിന്റെ ചീള് ജാതമാമേടെ മേലാസകലം വീണു. വെളിച്ചം മെനഞ്ഞെടുത്ത ശില്പം കണക്കെ ജാതമാമ ജലോപരിതലത്തിൽ കണ്ണുകളടച്ച്. ചുണ്ടുകളിൽ നേർത്തൊരു പുഞ്ചിരി തെളിഞ്ഞോ? അബോധാവസ്ഥയിലെന്നോണം ആരോടോ സംസാരിക്കുന്നോ? ജാതമാമയ്ക്കരികെ ആരോ ഉള്ളതുപോലെ.

ആ പരിമളം പരന്നൊഴുകുകയാണ്. മേഘക്കീറ് ഇപ്പോഴും വായുവിൽ തങ്ങിനില്ക്കുകയാണ്. ജാതമാമയുടെ സ്വരം, ''അദൃശ്യതയുടെ മറയ്ക്കപ്പുറം എത്ര നാളാണിങ്ങനെ?'' മറുപടിക്ക് കാതോർത്ത് ജാതമാമ അനക്കമറ്റ് ജലോപരിതലത്തിൽ കിടക്കുന്നു. പെട്ടെന്ന് പിന്നിൽ ഒരനക്കം. പേടിച്ചരണ്ട്, തിരിഞ്ഞുനോക്കിയപ്പോൾ അമ്മ, കയ്യിലൊരു റാന്തലുമായി.

ചുണ്ടത്ത് വിരൽവെച്ച് ഒന്നും മിണ്ടരുതെന്ന് ആംഗ്യം കാട്ടിയതും അമ്മ വിളിച്ചു കഴിഞ്ഞു:

''ജാതാ, എത്ര നേരായി കുളിക്കാനെന്നും പറഞ്ഞ് പോന്നിട്ട്?''

അമ്മ ഉറക്കെയാണ് വിളിച്ചു ചോദിച്ചത്. ''നോക്കീരുന്ന് ഒരു സമാധാനോം കിട്ടാഞ്ഞിട്ടാ ഞാനിങ്ങു വന്നേ, എന്ത്യേ അവൻ?''

''ഞാൻ ദാ, കുളിച്ചുകേറി, പപ്പേച്ചി.'' ജാതമാമ തല തോർത്തിക്കൊണ്ട് കുളപ്പടവ് കയറിവരുന്നു.

ങേ, ഇതെന്തു മറിമായം? ഇത്ര നേരവും അനക്കമില്ലാതെ വെള്ളത്തിനുമീതെ പൊന്തിക്കിടന്നയാൾ?

ആ മേഘലക്കീറെവിടെ, അഭൗമമായ ആ പരിമളം? ജാതമാമ അരികത്തേക്ക് വന്നു.

“ങാഹാ, രണ്ടാളുംകൂടി തെരഞ്ഞുവന്നതാ?”

“അല്ലാ, നീയെന്താ ഏതോ മായക്കാഴ്ച കണ്ടപോലെ?” ജാതമാമ തന്നെ നോക്കി.

“മായക്കാഴ്ചയല്ല, ശരിക്കും കണ്ടതാ.”

“എന്ത്?” ജാതമാമ ആകാംക്ഷയോടെ ചോദിച്ചു.

“ജാതമാമ വെള്ളത്തിനുമേൽ പൊങ്ങിക്കിടന്ന് ആരോടോ സംസാരിക്കുന്നേ?”

“തനിച്ചു സംസാരിക്ക്യേ?” ജാതമാമ കുളത്തിലേക്ക് നോട്ടം പാളിച്ചു. “എനിക്കെന്താ ഭ്രാന്തുണ്ടോ?”

“സത്യം, എന്റെ രണ്ടു കണ്ണുകൊണ്ടും കണ്ടതാ.”

അമ്മ അന്തംവിട്ട് നില്ക്കുകയാണ്. ജാതമാമ തോർത്ത് പിഴിഞ്ഞു കുടഞ്ഞു.

“എന്താ പപ്പേച്ചീ, ഈ കുട്ടിക്കെന്താ പറ്റീത്?”

“എനിക്കൊന്നുമറീല്ല.” അമ്മ ചോദിച്ചു. “എന്താ നീ കണ്ടത്?”

“ഒരു മേഘലക്കീറ്... ആകാശത്തൂന്നിറങ്ങി വന്ന്...”

“ആകാശത്തൂന്ന് മേഘലക്കീറോ?”

ജാതമാമ ചിരിച്ചു. “ഇതാ ഹാലുസിനേഷൻ, മിഥ്യാദർശനം. കാണാത്തത് കാണ്ക. പറയാത്തത് കേൾക്ക്ക. ഇതൊക്കെ സംഭവിക്കണ പ്രായാണേ... എന്റെ ദേവൂട്ടിക്ക്.”

ജാതമാമ അമ്മയെ നോക്കി ചിരിച്ചു. “ഇല്ല്യേ പപ്പേച്ചി?”

അഞ്ച്

ദേവു എന്താണ് കണ്ടത്? പിന്നീട് ചോദിച്ചപ്പോഴാണറിഞ്ഞത്, ഒരു മരത്തിന്റെ മറവിൽ കുളത്തിലേക്ക് കണ്ണെടുക്കാതെ നോക്കിയിരിക്കുകയായിരുന്നത്രെ അവൾ. ജാതന് ആപത്തൊന്നും പിണയാതിരിക്കാൻ.

പാവം കുട്ടി. അന്നേരം ആകാശത്തുനിന്നൊരു മേഘക്കീറ് ഇറങ്ങിവന്നുവത്രെ. ജാതൻ ജലോപരിതലത്തിൽ പൊന്തിക്കിടന്നുത്രെ. അദൃശ്യമായ ആരോടോ സംസാരിച്ചുവെന്നും അഭൗമമായ പരിമളം പരന്നുവെന്നും ജലോപരിതലത്തിൽ പൊന്തിക്കിടന്നത്രെ.

അത് ജലയോഗ. കാളിഗംഗയിലെ മരവിപ്പിക്കുന്ന തണുപ്പിൽ പൊങ്ങുതടിപോലെ എത്രയോ നേരം. മറ്റെല്ലാം അവളുടെ മിഥ്യാദർശനമായിരിക്കാം. രാബൺഘട്ടിലെ ജിതിബാബ എന്ന യോഗിക്ക് സദാ മിഥ്യാദർശനം ഉണ്ടാകുമായിരുന്നു. ഭാംഗിന്റെ ലഹരിയിൽ ആകാശത്തുനിന്ന് ദേവകന്യകമാർ ഇറങ്ങിവരുന്നതായും മേഘമഞ്ചങ്ങളിൽ നിന്നിറങ്ങിവന്ന് അവർ തന്നിൽ ചുറ്റിപ്പടരുന്നതായി... ജിതിൻബാബ അന്നേരം ദിവ്യമായ ഏതോ അനുഭൂതിയുടെ ചിറകുകളിലായിരുന്നു.

ഭൂമിയിൽനിന്നുയർന്ന്, ഭൂമിയുടെ പുറമ്പാളി വിട്ട്, അവാച്യമായ ഏതോ അനുഭൂതിയുടെ ചിറകുകളിൽ...

''അല്ല, അതിരാവിലെ നീയിവിടെ തനിച്ചിരുന്ന് സ്വപ്നം കാണുകാ? പിന്നിൽ പപ്പേച്ചിയുടെ സ്വരം. ''ദാ, ഇതാരാന്നു നോക്കിക്കേ, നിന്നെക്കാണാൻ ഒരാള് വന്നിരിക്കുന്നു.''

പപ്പേച്ചിയുടെ മറപറ്റി ഒരു സുന്ദരി. അവൾ നാണത്താൽ മുഖം കുനിച്ചു.

''നിനക്കാളെ മനസ്സിലായോ?'' പപ്പേച്ചി അവളെ മുന്നിലേക്ക് തള്ളി നിർത്തി. ''നിന്നെ കണ്ടപ്പോൾ ഇവൾക്കെവിടന്നു വന്നൂ ഈ നാണം?''

''ഏയ്, അങ്ങനേന്നുമില്ല.'' അവൾ കടക്കണ്ണെറിഞ്ഞു. ''വന്നൂന്നറിഞ്ഞതുമുതൽ ഞാൻ...''

''ഇവൾ നിന്നെ കാണാൻ എത്രയോ വട്ടം വന്നൂന്നറിയ്യോ?''

പപ്പേച്ചി വിടുന്ന മട്ടില്ല. ‘‘നീലേമരീടെ എല ചോദിച്ച്. ആടലോടക ത്തിന്റെ തൈ ചോദിച്ച്... അന്നേരമൊന്നും നീയിവിടില്ല. പഴേ കളിക്കൂട്ടു കാരിയല്ലേ, എങ്ങനെ മറക്കാമ്പറ്റും?’’

‘‘ഏയ്. അതൊക്കെ വേണ്ടിട്ടു തന്നായിര്ന്നു.’’ അവൾ പിന്നേയും പാളി നോക്കി.

‘‘അതിരിക്കട്ടെ, ആളെ പിടികിട്ടിയോ നിനക്ക്?’’

പപ്പേച്ചി മുന്നിലേക്ക് കയറി നിന്നു. ‘‘നീ പോവുമ്പോ വെറും നരുന്തായിരുന്നു. ഇപ്പം ആളങ്ങു മാറി.’’

ഓർമയിലൊരു നെയ്ത്തിരിനാളം തെളിഞ്ഞുവന്നു.

‘‘മേലെ വാര്യത്തെ...’’

‘‘ആവൂ!’’ അവൾ പുളകം കൊണ്ടു. ‘‘അപ്പോ മറന്നിട്ടില്ല.’’

‘‘നിന്നെ ഇവൻ മറക്ക്കേ?’’ പപ്പേച്ചി കളിയാക്കി. ‘‘അമ്മ ഒള്ളപ്പഴേ പറഞ്ഞുവച്ചതല്ലേ നിന്നെ?’’

‘‘ശ്ശെ, എന്തായിത് പപ്പേച്ചീ,’’ അവൾ പരിഭവം ഭാവിച്ചു. ‘‘അതൊക്കെ കൊച്ചുനാളില്...’’

‘‘മറന്നിട്ടില്ല. സത്യത്തിൽ ഒറ്റനോട്ടത്തീ മനസ്സിലായില്ല.’’ അയാൾ പറഞ്ഞു. ‘‘ശ്രീരഞ്ജിനി ആളാകെ മാറീരിക്കുന്നു.’’

‘‘ദാ, കേട്ടോ പപ്പേച്ചീ, എന്നെ വിളിക്കുന്നേ’’ അവൾ പപ്പേച്ചിയെ നോക്കി. ‘‘ഊരുചുറ്റി വന്നപ്പം ആള് വലിയ ഫോർമലായി.’’

‘‘നീ മറന്നോ? പപ്പേച്ചി ഇടപെട്ടു. ‘‘ശ്രീക്കുട്ടീന്നല്ലേ നീയവളെ വിളി ച്ചിരുന്നേ?’’

‘‘മറന്നതല്ല, പപ്പേച്ചീ. അതൊക്കെ പണ്ടല്ലാര്ന്നോ? ഇപ്പ പഴേ കുട്ടി യല്ലല്ലോ?’’

‘‘ആരു പറഞ്ഞു അല്ലെന്ന്?’’ പപ്പേച്ചി ചൊടിച്ചു. ‘‘അവളിപ്പഴും പഴേ ശ്രീക്കുട്ടി തന്ന്യാ. വാ, ശ്രീക്കുട്ടി ഇരിക്ക്.’’ പപ്പേച്ചി കസേര നീക്കി യിട്ടു.

അവൾ ഇരുന്നു. നെറ്റിയിൽ ഒട്ടിച്ചുവച്ച ചുവന്ന നീളൻ പൊട്ട്. സീമന്ത രേഖ ചുവന്നിട്ടില്ല. മൂക്കിൻതുമ്പ് കടഞ്ഞെടുത്തതുപോലെ. പച്ചക്കരയൻ കസവുസെറ്റുമുണ്ടും പച്ച ബ്ലൗസും നന്നായി ചേരുന്നുണ്ട്. ഒട്ടിയ വയർ, അവൾ കുനിഞ്ഞപ്പോൾ പല ഞൊറിവുകളായി.

‘‘അയ്യടാ, കള്ളസന്ന്യാസി’’ പപ്പേച്ചി അതു ശ്രദ്ധിച്ചു. ‘‘അവന്റെ നോട്ടം കണ്ടില്ലേ?’’

അവൾ സൂത്രത്തിൽ മുഖമുയർത്തി. അവൾക്കും ചിരിവന്നു.

‘‘പപ്പേച്ചി അതിരു വിടുന്നു.’’

‘‘ഞാൻ അതിരുവിട്ടതൊന്നുമല്ല. നീ നോക്കി കൊതിക്കണ്ടാന്നേ ഞാൻ പറഞ്ഞൊള്ളൂ.’’ പപ്പേച്ചി ഗൗരവത്തോടെയാണ് പറഞ്ഞത്.

“വാസവേട്ടൻ കോയമ്പത്തൂരുന്ന് വന്നാലൊടനെ ഞാൻ കാര്യങ്ങള് നീക്കും. ഇനീപ്പോ കൂടുതലൊന്നും ചോദിക്കാനും പറയാനുമില്ലല്ലോ. ജാനുവേട്ടത്തി ഇന്നലേം സൂചിപ്പിച്ചു. ഇനി ഞാനായിട്ടെന്തിനാ അമാന്തിക്കണേ?”

“പപ്പേച്ചി എന്താ പറഞ്ഞുവരണേ?”

“അയ്യ” പപ്പേച്ചി മുഖം ചുളിച്ചു. “ഇത്രേം പറഞ്ഞതു പോരാ? ന്നാ ഞാൻ വിശദമായി പറയാം.”

പപ്പേച്ചി സാരിത്തുമ്പ് എളിയിൽ കുത്തി. മുഖത്ത് ഗൗരവം വരുത്തി.

“ഇവൾ മേലേ വാര്യത്തെ ജാനുവേട്ടത്തീടെ മകൾ ശ്രീരഞ്ജിനി. എം.എ. മ്യൂസിക്. സംഗീത കോളേജിൽ വീണ പഠിപ്പിക്കുന്നു. അസ്സലായി വീണ വായിക്കും. കെട്ടുന്നവന്റെ ജീവിതം സംഗീതസാന്ദ്രമാകുമെന്നു ചുരുക്കം. ആ ഭാഗ്യം നിനക്കാവട്ടേന്ന് പപ്പേച്ചി കരുതി. അത്രേയുള്ളൂ.”

പപ്പേച്ചി അവളെ നോക്കി കണ്ണിറുക്കി.

“പിന്നെ, ഇത്രേം കാലായിട്ടും ഇവളെ ആരും കെട്ടിക്കൊണ്ടു പോകാതിരുന്നതെന്തേ എന്നു നീ ആലോചിക്കുന്നുണ്ടാവും.” പപ്പേച്ചി പറഞ്ഞു: “അതിനുത്തരം പറേണ്ടത് ഞാനല്ല. ഇവളുടെ ജാതകത്തില് എട്ടാമെടത്തീ വെലങ്ങനെ ഒരു ചൊവ്വാ നില്പൊണ്ട്. അതാ.”

“ഏയ്. അതോണ്ടൊന്നുമല്ല.” അവൾ പപ്പേച്ചിയെ നോക്കി. “ഞാൻ സമ്മതിക്കാഞ്ഞാ. എനിക്കറിയാര്ന്നു എന്നായാലും വരുംന്ന്.”

“ഏയ്, അത്രയ്ക്കൊന്നും വേണ്ട, മോളേ” പപ്പേച്ചി അവളുടെ കവിളിൽ തട്ടി. “ആലോചന ഒത്തിരി വന്നതാ. നീ ഒത്തിരിവട്ടം ഉടുത്തൊരുങ്ങീതുമാ. എനിക്കറീം.”

“അത്, വീട്ടുകാരും ബന്ധുക്കളും നിർബന്ധിക്കുമ്പം എനിക്കെന്താ പറയാനാവ്ക? ഒരു വിവരോം ഇല്ലാര്ന്നല്ലോ. ഇങ്ങനെ ചെലരൊക്കെ ജീവിച്ചിരിപ്പൊണ്ടെന്ന്.” അവളുടെ കൺതടങ്ങളിൽ നനവു പടർന്നു.

കുട്ടിക്കാലത്ത് ആരോ കളിവാക്ക് പറഞ്ഞതാണ്. അതിപ്പോഴും അവളുടെ മനസ്സിൽ കിടക്കുന്നോ? ഏഴെട്ടുവയസ്സിനിളപ്പമുണ്ടവൾക്ക്. കൊച്ചുന്നാളു മുതലേ പിറകീന്ന് മാറില്ല. സ്കൂളിൽ പോയി വരുമ്പോൾ അവളുടെ പുസ്തകസഞ്ചി താനാണ് എടുത്തിരുന്നത്. അത്രയ്ക്ക് അശുവായിരുന്നു അവൾ. പാവം, ഭാരം ചുമക്കണ്ടല്ലോ എന്നു കരുതി. മടിയിൽ കിടത്തി കഥ പറഞ്ഞു കൊടുത്തിരുന്നു. പപ്പേച്ചി ഹോസ്റ്റലിലേക്ക് മാറിയതോടെ അവൾ വരാതായി. അച്ഛന്റെ മൗനത്തിന്റെ നാളുകളിൽ അതുവരെ മനസ്സിലെവിടെയോ അവൾ പറന്നു നടന്നിരുന്നു.

എല്ലാരും ചേർന്ന് തനിച്ചാക്കുകയായിരുന്നില്ലേ? പപ്പേച്ചി നഗരത്തിലെ ഹോസ്റ്റലിൽ പോയി. അച്ഛൻ മനസ്സുകൊണ്ടകന്നു. ഇപ്പോ പരാതി പറയുന്നവർ കുശലം ചോദിക്കാൻ പോലും ഈ വഴി വന്നില്ല.”

‘‘പപ്പേച്ചീ’’ അവൾ ഇടപെട്ടു. ‘‘കാര്യം അറിയാതെയാ ഓരോന്നു പറേന്നേ. പപ്പേച്ചിക്കറിയാമല്ലോ, എന്നെ വെലക്കീതാരാന്ന്?’’ അവളുടെ കണ്ണുകൾ ചുവന്നു. മൂക്കിൻതുമ്പിലേക്കൊരു കണ്ണീർത്തുള്ളി ഒഴുകി വന്നു. ‘‘പപ്പേച്ചിക്കറിയാം എന്താണ്ടായതെന്ന്. ജാതേട്ടൻ ഇല്ലായിരുന്നപ്പോ ഞാനാ മുറി വന്നപ്പോ–’’

‘‘എന്താണ്ടായേ?’’ അയാൾ ജിജ്ഞാസുവായി.

‘‘അച്ഛൻ ഒത്തിരി ശകാരിച്ചു ശ്രീക്കുട്ടിയെ’’പപ്പേച്ചി പറഞ്ഞു. നിന്റെ മൂറീ വന്ന് ഏതോ പുസ്തകമെടുത്ത്, ഇവൾ നീ കെടക്കുന്ന കട്ടിലിൽ വായിച്ചോണ്ടു കിടന്നു. അച്ഛനത് കണ്ടുവന്നു. അറ്യാല്ലോ അച്ഛന്റെ മൂക്കിൻതുമ്പിലെ കോപം.’’

‘അതോടെയാ ഞാൻ വരാതായേ’’ അവൾ മുഖം കുനിച്ചു. ‘‘അത്രയ്ക്ക് ശകാരിച്ചു.’’

‘‘ഇനീപ്പോ അതൊന്നും പറഞ്ഞ് നേരം കളയണ്ടാ. ദൈവം ഒന്ന് നിശ്ചയിച്ചിട്ടൊണ്ട്. അതോണ്ടാ, നീയിപ്പം വന്നതും ഇവൾ ഇപ്പഴും ഇതേ പടി നിക്കണെതും.’’ പപ്പേച്ചി എണീറ്റു. ‘‘ഞാൻ പോയി ചായ ഇട്ടോണ്ടു വരാം. രണ്ടാളും അപ്പോഴേക്കും സമരിയാവ്.’’

പപ്പേച്ചി കള്ളച്ചിരിയോടെ അകത്തേക്ക് നടന്നു. അവൾ മുഖം പൊക്കി.

‘‘സത്യത്തിൽ എനിക്ക് പിണക്കായിരുന്നു. അത്രയ്ക്ക് വേദന തിന്നു ഞാൻ, കാണാതായപ്പോ. എന്നോടൊരു വാക്കുപോലും പറയാതെ.’’

‘‘ആരോടും പറയാതെയാ ഞാൻ പോയത്. മടങ്ങിവരുമെന്ന് ഒരിക്കലും കരുതിയതുമില്ല.’’

‘‘പിന്നെയെന്തേ, ഇപ്പോ മടങ്ങിവരണമെന്നു തോന്നി?’’ അവൾ തമാശയായി ചോദിച്ചു.

‘‘എനിക്കറീല്ല. സത്യമായും അറീല്ല. ഞാനിവിടെ എത്തിപ്പെടുകയായിരുന്നു. ആരോ ഇവിടേക്ക് നയിക്കുകയായിരുന്നു.’’

‘‘എന്റെ പ്രാർത്ഥനയാവും...’’ അവളുടെ ഒച്ചയിടറി. ‘‘എന്റെ പ്രാർത്ഥന ദൈവം കേട്ടതാവും.’’

‘‘ശ്രീക്കുട്ടീ, അതിനു ഞാൻ?’’

പറഞ്ഞു തുടങ്ങുംമുന്നേ അകത്തു നിന്നൊരു നിലവിളി കേട്ടു. പപ്പേച്ചിയാണ്. ഓടിച്ചെന്നതും ഇടനാഴിക്കരികെ പപ്പേച്ചി വീണുകിടക്കുന്നു.

‘‘പപ്പേച്ചീ’’ രണ്ടാളും ചേർന്ന് പപ്പേച്ചിയെ താങ്ങിയെടുത്തു.

‘‘ദാ ചോര.’’ അവൾ പെട്ടെന്ന് നേര്യതിന്റെ തലപ്പുകൊണ്ട് പപ്പേച്ചിയുടെ നെറ്റി പൊത്തി.

‘‘പപ്പേച്ചീ, എന്താ പറ്റീത്?’’

“അറീല്ല.” പപ്പേച്ചി പേടിച്ചരണ്ടതുപോലെ. “ഇടനാഴിയിലേക്ക് കടന്നതും ആരോ എന്റെ മുഖത്തടിച്ചപോലെ.”

“ജാതേട്ടൻ പപ്പേച്ചിയെ താങ്ങിപ്പിടിച്ചോളൂ” അവൾ പറഞ്ഞു. “ഞാൻ ദാ, ആ കിണ്ടീലെ വെള്ളം എടുത്തോണ്ട് വരാം.”

പപ്പേച്ചിയെ മടിയിൽ കിടത്തി, അവൾ എണീറ്റതും നെറ്റിയിൽനിന്ന് രക്തം വാർന്നു. “ജാതാ, നെറ്റി ഒത്തിരി പൊട്ടീരിക്കുന്നു.” അവളുടെ നേര്യതിന്റെ തലപ്പ് ചോരച്ചുവപ്പായി.

“ജാതേട്ടാ”, അവൾ പപ്പേച്ചിയുടെ നെറ്റിയിലേക്ക് നോക്കി ശങ്കിച്ചു നിന്നു. പിന്നെ തിടുക്കത്തിൽ നേര്യതുരിഞ്ഞ് പപ്പേച്ചിയുടെ തലയിൽ ചുറ്റി.

അവളുടെ നിറഞ്ഞ മാറിലേക്ക് അറിയാതെ നിശ്വാസത്തിന്റെ ഒരു ചീള് പറന്നുവീണോ? ഇന്ദ്രിയങ്ങളാവുന്ന കുതിരകളുടെ കടിഞ്ഞാൺ അയയുന്നുവോ? അവൾ പോയതും പപ്പേച്ചി മടിയിൽ കിടന്നു ഞരങ്ങി.

“ജാതാ, ആ മണം പാരിജാതത്തിന്റേതാണോ?”

“ഏതു മണം പപ്പേച്ചീ?”

“ഞാൻ ഉമ്മറപ്പടി കടന്നതും എന്നോടൊപ്പം പാരിജാതത്തിന്റെ മണോാം.”

ചുറ്റും പാരിജാതത്തിന്റെ ഗന്ധമുണ്ടോ? പാരിജാതത്തിന്റേതല്ല. കാച്ചിയ എണ്ണയുടെ ഗന്ധം.പപ്പേച്ചിയുടെ മുടിയിൽനിന്നല്ല.

“**കി**ണ്ടീല് തുള്ളി വെള്ളമില്ല.” അവൾ മുടി മുന്നിലേക്കിട്ടു.

“ഞാൻ വേഗംന്ന് കിണറ്റീന്ന് കൊണ്ടുവരാം.”

അവൾ കിണ്ടിയുമായി ഉമ്മറപ്പടി കടന്നതും പപ്പേച്ചി പേടിച്ചരണ്ടെണീറ്റു.

“ജാതാ, അവളെ തനിച്ച് കിണറ്റിൻ കരയിലേക്ക് വിടണ്ടാ. ആ മണം അവളേം...”

ആറ്

വാസവേട്ടൻ ഉച്ചയോടെയാണ് വന്നത്.

ഒരു കൊലക്കേസ് പ്രതിയെ തെരഞ്ഞ് കോയമ്പത്തൂരുവരെ പോയിരുന്നതാണ്. ജാതൻ വന്ന വിവരം വാസവേട്ടനോട് അന്നേ ഫോണിൽ പറഞ്ഞിരുന്നു.

''അത് അവൻ തന്നെയാണെന്ന് എന്താ ഒറപ്പ്?'' വാസവേട്ടന്റെ പൊലീസ് മനസ്സ് ആ വഴിക്കാണ് പോയത്. ''നിന്റെ ദൗർബല്യം മൊതലെടുക്കാൻ വന്ന വല്ല തട്ടിപ്പുകാരനുമാണേലോ?''

''എന്തായിത് വാസവേട്ടാ, എന്റെ ജാതനെ എനിക്കറീല്ലേ, അവൻ എത്ര വലുതായാലും?''

''ങും... അത്രയ്ക്കങ്ങ് നെഗളിക്കണ്ട.'' വാസവേട്ടൻ മുരണ്ടു.

''തത്ക്കാലം നിക്കട്ടെ, ഞാൻ വരണവരെ. പൊറത്ത് വരാന്തേല് കെടത്ത്യാ മതി. പറഞ്ഞതു കേട്ടല്ലോ?''

''ങും'' ഫോൺ വെച്ചു.

ഓർക്കുമ്പോ ജാതനോടാ ദേഷ്യം. ഒരർത്ഥത്തിൽ അവനല്ലേ വാസവേട്ടന് തന്നെ ബലികഴിച്ചേ? അവൻ ഉണ്ടാരുന്നേൽ അയാൾ തന്റെ ജീവിതത്തിലേക്ക് കടന്നുവരുമായിരുന്നോ? ജാതനെ കാണാതായിട്ടും അച്ഛൻ പൊലീസിൽ പരാതിപ്പെട്ടില്ല.

''പോയതുപോലെ വരട്ടെ. ആരും എറക്കിവിട്ടതല്ലല്ലോ?'' അച്ഛൻ വാശിയിലായിരുന്നു.

ജാതനെ കാണാഞ്ഞ് ഒരു മാസം കഴിഞ്ഞതും അച്ഛനോട് വിരോധമുള്ള ആരൊക്കെയോ ചേർന്ന് കർമ്മസമിതി തട്ടിക്കൂട്ടി. ഒടുക്കം പൊലീസ് അന്വേഷണമായി. മകനെ കാണാതായിട്ടും അച്ഛൻ പരാതിപ്പെടാതിരുന്നത് ദുരൂഹതയാണെന്നായി. അമ്മ മരിച്ചേപ്പിന്നെ സ്കൂളിലെ ഒരു ടീച്ചറുമായി അച്ഛൻ അടുപ്പത്തിലാണെന്നും ജാതൻ അക്കാര്യം എതിർത്തെന്നും ജാതനുമായുള്ള വാക്കേറ്റത്തിനിടെ അച്ഛനെന്തോ കൈപ്പിഴ പറ്റിയതാണ് ജാതവേദന്റെ തിരോധാനത്തിനു പിന്നിലെന്നും കർമ്മസമിതിക്കാർ കഥയുണ്ടാക്കി. അച്ഛനെ ചോദ്യം ചെയ്യാൻ വന്ന

പൊലീസുകാരനായിരുന്നു ഹെഡ് കോൺസ്റ്റബിൾ വാസവൻ. പുരാണത്തിലെ ദുശ്ശാസനനോ ശിശുപാലനോ ഒക്കെ ചേർന്ന മുഖവും ശരീരവടിവും. ആദ്യവട്ടം വന്നപ്പോ വാതിൽ തുറന്നതും കണ്ടതാണ്, ആ വില്ലൻ നോട്ടം. പിന്നെ കേസ്സിന്റെ കാര്യം പറഞ്ഞ് കേറിയെറങ്ങലായി.

പാവം! അച്ഛനാകെ തകർന്നുപോയി.

ഒരു വട്ടമല്ല. പലവട്ടം തിരിച്ചും മറിച്ചും ചോദിച്ചിട്ടും തീർന്നില്ല. സെപ്റ്റിക് ടാങ്കിന്റെ മൂടിവരെ തുറപ്പിച്ച് തെരയിച്ചു, കർമ്മസമിതിക്കാർ. അച്ഛന്റെ ജീവിതം അവസാനിച്ചുപോകുമെന്ന നിലയിലെത്തി കാര്യങ്ങൾ. ഒരു ദിവസം ഉച്ചതിരിഞ്ഞ് ഹെഡ്കോൺസ്റ്റബിൾ വാസവൻ വന്നു. അച്ഛൻ വീട്ടിലില്ലായിരുന്നു.

''കാര്യങ്ങള്ടെ പോക്ക് എങ്ങോട്ടാന്ന് അറിയാല്ലോ?'' തൊപ്പിയൂരി അരമതിലിന്മേൽവെച്ച് അധികാരത്തോടെ ഉമ്മറത്തിണ്ണയിലേക്ക് കയറി വന്ന് അയാൾ ചോദിച്ചു.

''മാഷെ ഏതുനേരോം അറസ്റ്റുചെയ്യാം. അത് വേണ്ടിവരും. ഏയ്, ഒന്നിനും വേണ്ടീട്ടല്ല, സമരക്കാരെ ഒന്നു തണുപ്പിക്കാൻ.''

''അച്ഛനെ അറസ്റ്റു ചെയ്യുകയോ? ഈശ്വരാ, അച്ഛനതിന് എന്തു തെറ്റു ചെയ്തു?''

ഹെഡ്കോൺസ്റ്റബിൾ വാസവൻ അതുകേട്ട് കുരുസഭയിലെ ദുശ്ശാസനനെക്കണക്കെ ചിരിച്ചു.

''തെറ്റും ശരിയും നിശ്ചയിക്കേണ്ടത് കോടതികളാണ്. അവിടെ എത്തിക്കണ ജോലിയേ ഞങ്ങൾ പൊലീസുകാർക്കൊള്ളൂ. അതിനു വേണ്ടുന്ന എഴുത്തുകുത്ത് ഞങ്ങടെ വകയാ.''

''ഈശ്വരാ!'' തല ചുറ്റുന്നതുപോലെ തോന്നി. വാതിൽപ്പടിയിൽ പിടിച്ച് ഊർന്നിരുന്നു.

''എന്താ, കൊച്ചു പേടിച്ചുപോയോ?'' വാസവനിലെ പൊലീസുകാരൻ ചിരിച്ചു. ''ഇന്നോ നാളെയോ സംഭവിക്കാവുന്ന ഒരു കാര്യം ഞാൻ പറഞ്ഞെന്നേയൊള്ളൂ. പക്ഷേ, ഇനീം പഴുതൊണ്ട്, രക്ഷപ്പെടാൻ. അതിന് ഈ ഹെഡ് വാസവൻ വിചാരിച്ചാലും മതി. പക്ഷേ, കൊച്ചൊന്നും മനസ്സുവയ്ക്കണം.''

അയാളുടെ ഉദ്ദേശ്യം എന്താണെന്നു മനസ്സിലായില്ല. പണമോ? എങ്കിൽ വീടും പുരയിടവും സകല സ്വത്തും വിറ്റാണേലും അയാളുടെ ആർത്തി തീർക്കാം. കാര്യമറിയാതെ പകച്ചുനിന്നതും അയാൾ കൗശലക്കാരന്റെ ചിരിയോടെ അകത്തേക്ക് വന്നു. തോളിൽ പിടിച്ചെണീപ്പിച്ചു. ഉരുക്കു പോലത്തെ കൈവിരലുകൾ എവിടെയൊക്കെയോ ഉലച്ചു.

''എനിക്കിപ്പോ നിന്നെ എന്തുവേണേലും ചെയ്യാം.''

ഇരയെ കൈയിൽ അകപ്പെടുത്തിയ മൃഗത്തിന്റെ ആർത്തിയോടെ അയാൾ ചിരിച്ചു.

"ഒരു കുഞ്ഞറിയാമ്പോണില്ല. ഇനി അഥവാ ആ കെഴവൻ കണ്ടു വന്നാലും എനിക്കൊരു മടിയുമില്ല. അതാ വാസവൻ."

കരുത്താർന്ന കൈത്തണ്ടകളിൽ താങ്ങിയെടുത്ത് അയാൾ ചുമരോടു ചേർത്തുനിർത്തി. "പക്ഷേ, വാസവനത് ചെയ്യുകേല." അയാൾ താടിയിൽ പിടിച്ചുയർത്തി. പുകക്കറ പുരണ്ട ചുണ്ട് ബലമായി അമർത്തി. അയാളുടെ ശരീരത്തിന്റെ കരുത്ത് മാറിലമർന്നു. കാരിരുമ്പ് കൈകൾ പിന്നിലേക്കിറക്കി അയാൾ തന്നോടു ചേർത്തുനിർത്തി.

"എനിക്ക് നിന്നെ എന്നന്നേക്കും വേണം. നിന്നെ എനിക്ക് അത്രയ്ക്ക് പിടിച്ചുപോയെടി പെണ്ണേ. നീയൊരു മൊതലാ."

അയാളൊരു കൊലച്ചിരി ചിരിച്ചു. ഉരുക്കുവിരലുകൾ എവിടെയൊക്കെയോ ചുര മാന്തി. തൊപ്പി എടുത്തുവെച്ച് പുറത്തേക്കിറങ്ങുന്നതിനിടയിൽ അയാൾ ഓർമ്മിപ്പിച്ചു.

"നിന്നെയോർത്ത് മാഷെ ഞാനീ കേസീന്ന് വിടുവിക്കും. ഞാൻ തന്നെ സംസാരിക്കണൊണ്ട്. പറഞ്ഞേര്, എതിരുനിന്നാ കെഴവൻ അഴിയെണ്ണേണ്ടിവരും. അതിനൊള്ള വകുപ്പ് വാസവന്റെ കൈയിലൊണ്ട്. അപ്പഴും നീയെന്റെ കൈയീത്തന്നെ വീഴും."

അച്ഛനെതിർപ്പായിരുന്നു.

"അഴിയെണ്ണേണ്ടിവന്നാലും" അച്ഛനും പറഞ്ഞു. "നിന്റെ ജീവിതം തകർക്കാൻ ഞാൻ കൂട്ടുനില്ക്കുകേല."

എതിർത്താലുള്ള ഫലം ഊഹിച്ചിരുന്നു. അച്ഛനെ പിന്നീടൊരിക്കലും വീണ്ടു കിട്ടിയെന്നുവരില്ല. എതിരുനിന്നാലും അയാൾ ആഗ്രഹം നടത്തും. അധികാരത്തിന്റെ തൂവൽ അയാളുടെ ശിരസ്സിലുണ്ട്.

അധികാരം ഇരകളുടെ മേൽ കടന്നാക്രമിക്കാനുള്ളതാണ്. അധികാരം കൈയ്യാളുന്നവൻ അവന്റെ ഇംഗിതം നടപ്പാക്കിയ വിജയകഥകളാണ് ചരിത്രം. അയാൾ തന്നെ പിച്ചിച്ചീന്തുമെന്നുറപ്പായിരുന്നു. അതിനേക്കാൾ എത്രയോ വലുതാണ്, അച്ഛന്റെ രക്ഷയ്ക്കായി സ്വയം ഹോമിക്കുന്നത്. അതൊരു ഹോമമായിരുന്നു. അച്ഛനതിന് മാപ്പുസാക്ഷിയായി നില്ക്കേണ്ടിവന്നു.

അച്ഛൻ മാത്രമായിരുന്നില്ല. മറ്റൊരാളും. ഓർമ്മയിലിന്നും തങ്ങിനില്ക്കുന്ന ആ ചന്ദനസുഗന്ധം. മനസ്സിന്റെ സോപാനത്തുനിന്ന് ഇപ്പോഴും ഇടയ്ക്ക കൊട്ടിപ്പാടുന്നു...

[1]"ലളിതലവംഗതാപരിശീലന

കോമള മലയ സമീരേ..."

ഒടുവിൽ, ഹെഡ്കോൺസ്റ്റബിൾ വാസവന്റെ കിടപ്പുമുറിയിലെ മദ്യത്തിന്റെ ചൂരിലേക്ക് ആദ്യമായി കാലുകുത്തുമ്പോൾ മനസ്സിലെങ്ങും

1. ഗീതഗോവിന്ദം

നിരാശയുടെ കണികപോലും അവശേഷിച്ചിരുന്നില്ല. പ്രണയത്തിന്റെ ശേഷിച്ച പദങ്ങളും ആ ബാവുൾ ഗായകൻ ഈ ഏക്താര മീട്ടി പാടി ത്തീർത്തിരുന്നു. പ്രണയത്തിന്റെ ചൂടും ഗന്ധവുമറിഞ്ഞ ഏഴു പകലുകൾ...

ജാതൻ എവിടെയോ കറങ്ങിത്തിരിഞ്ഞെത്തി.

"എവിടെ പപ്പേച്ചീടെ ആള്?"

"വരും. ഇത്രനേരം നിന്നെ നോക്കിയിരുന്നു. ഇപ്പം ദാ, അങ്ങോട്ട് പോയതേള്ളൂ. അഡീഷണൽ എസ്.ഐ. ആയതോണ്ട് പിടിപ്പത് പണീണ്ടേ..."വെറുതെ കള്ളം പറഞ്ഞു.

വാസവേട്ടൻ ജാതനെ കാണാൻ നിന്നില്ല. വന്നപാടെ സ്റ്റേഷനിലേക്ക് പോയി.

ജാതനെ കണ്ടിട്ട് പൊയ്ക്കൂടേ എന്നു ചോദിച്ചതും തനി പൊലീസ് ശൈലിയിലായിരുന്നു മറുചോദ്യം.

"അവനാരെടീ, ഐജിയോ, ഡീജീപിയോ? ഞാൻ കാത്തുനിന്ന് സല്യൂട്ടടിക്കാൻ?"

"അതിനേക്കാൾ വലിയ ചെലതൊക്കെ നമ്മുടെ ജീവിതത്തിലുണ്ട്, വാസവേട്ടാ. അത് മറക്കണ്ട."

എന്നു പറഞ്ഞതും,

അത് നിനക്ക്. എനിക്കവനാര്?, ഏതോ തെണ്ടി, എന്നു മുറുമുറുത്ത് ജീപ്പിൽ കയറിപ്പോയി. വാസവേട്ടൻ തന്റെ ജീവിതത്തിൽ നുഴഞ്ഞു കയറിയതും സ്വപ്നങ്ങൾ തകർത്തതും ഒന്നും അവനറിയില്ലല്ലോ. അവ നോടെന്തിന് പറേണം? ഉള്ളിലെങ്കിലും വെറുതെ പക തോന്നിക്കണ തെന്തിന്? അവൻ അരികിലേക്കു വന്ന് നെറ്റിയിൽ തൊട്ടുനോക്കി. വിങ്ങലുണ്ട്. ഉടനെ ആശുപത്രിയിൽ എത്തിച്ചത് നന്നായി. രക്തം കുറേ കിനിഞ്ഞു.

"ന്താണ്ടായേ?" അവൻ അരികെ വന്ന് തോളിൽ കൈ ചുറ്റിനിന്നു. "എന്താ പപ്പേച്ചി പറ്റീത്? ഓർക്കണൊണ്ടോ?"

"നീ കണ്ടതല്ലേ? ഞാൻ നിങ്ങടെ കല്യാണക്കാര്യം പറഞ്ഞ് അകത്ത് കടന്നതും കണ്ണിൽ ഇരുട്ടുകയറീതുപോലെ. ആരോ മുഖമടച്ച് അടിച്ചതു പോലെ. ആ കുട്ടിയെ കിണറ്റിൻകരേ വിടാതിരുന്നത് ഭാഗ്യം."

"പപ്പേച്ചിക്ക് തോന്നീതാവും. അല്ലാണ്ടാരാ?"

"ആവും. ഒക്കെ നമ്മുടെ തോന്നലുകളാണല്ലോ?"

"ആ കുട്ടി പാവം. വല്ലാതെ പേടിച്ചുപോയി." ജാതവേദൻ പറഞ്ഞു.

"പാവം. ജാനുവേടത്തിയോട് ഞാൻ സൂചിപ്പിച്ചു. അവര് ജാതകം നോക്കിച്ചു. ശരിക്കും ചേരും. ജാതകവശാൽ നിനക്കും ഏഴിൽ ചൊവ്വ യൊണ്ടേ. പാപസാമ്യം ഒരുപോലാ. അവർക്കും തിടുക്കായി. ഇനീ നീട്ടി ക്കൊണ്ടുപോവണ്ടാന്നാ."

പപ്പേച്ചി ചിരിച്ചു. ''അവിടെ തിടുക്കം ആർക്കാന്ന് അറിയാല്ലോ.''

''അതൊന്നും ഇപ്പ വേണ്ട, പപ്പേച്ചീ.'' ജാതൻ ഒഴിഞ്ഞുമാറി. ''അതൊന്നും ശരിയാവില്ല.''

''എന്താ നീയീപ്പറേണേ? നിനക്കാ കുട്ടിയെ ഇഷ്ടായില്ലേ? അതോ വേറാരേലും?''

''ഏയ്. അതൊന്നുമല്ല.'' ജാതവേദൻ പറഞ്ഞു. ''എന്റെ അവസ്ഥ, ചുറ്റുപാടുകൾ. അതിനൊന്നുമുള്ള തയ്യാറെടുപ്പിലല്ല പപ്പേച്ചീ ഞാൻ.''

''അതിന് നീയെന്തിന് തയ്യാറെടുക്കണം?'' പപ്പേച്ചി വിടുന്ന മട്ടില്ല. ''അതവര് നോയ്ക്കോളും. ഇനി സ്ഥിരമായി ജോലിയില്ലാത്തതാണ് കാര്യമെങ്കിൽ അതോർത്തും നീ വെഷമിക്കണ്ട.''

''ശ്രീക്കുട്ടി എന്നോട് പറഞ്ഞതെന്തോന്നാ? അവൾക്കൊരു ഭേദപ്പെട്ട ജോലീണ്ടല്ലോ? നിനക്ക് ജോലി ഇല്ലേലെന്താ? ടൗണിൽ നമുക്ക് നാലു മുറിക്കടകളില്ലേ? അതിന്റെ പാതി നിനക്കവകാശപ്പെട്ടതല്ലേ? പിന്നെ നിന്റെ വക രണ്ടേക്കറോളം തെങ്ങിൻ പുരേടം. അതിലെ തേങ്ങേം കുരുമുളകും വിറ്റാ മതീല്ലോ? വാസവേട്ടൻ ഒക്കേം എന്റെ പേരിലാക്കിയാലും നമുക്കത് മാറ്റിയെടുക്കാം.''

''അതൊന്നും വേണ്ട പപ്പേച്ചീ. ഒന്നിനും വേണ്ടിയല്ല ഞാൻ വന്നത്. എപ്പഴാ മടങ്ങ്കാന്നും അറീല്ല.''

''മടങ്ങ്കേ?'' പപ്പേച്ചി തോളിൽ തലോടി. ''എന്താ നീ പറേണേ? ഇനീം എന്നെ വിട്ടേച്ച് പോവുംന്നോ, ഏടയ്ക്ക്?''

''എവിടേക്ക്? അതെനിക്കും നിശ്ചയമില്ല പപ്പേച്ചീ. ഒഴുക്കിനൊത്ത് ഒഴുകിപ്പോവുകയാണ് ഞാൻ.''

''ഇനിയങ്ങനെ ഒഴുകിപ്പോവാന്ന് എന്റെ മോൻ കരുതണ്ട.'' പപ്പേച്ചി കൈത്തണ്ടയിൽ മുറുകെ പിടിച്ചു.

'ജാനുവേട്ടത്തിക്ക് ഞാൻ വാക്കു കൊടുത്തേച്ചാ വന്നേ. നീ ഊരു ചുറ്റി വന്നാലുടനെ കൂട്ടിക്കൊണ്ടു ചെല്ലാമെന്ന്. പാവം എത്ര തവണ നിന്നെ അന്വേഷിച്ചു വന്നു.''

''പപ്പേച്ചീ, അത്...''

''ഒരതുമില്ല, വയസ്സായൊരാളെ ഇനീം ഇങ്ങോട്ടു വരുത്തുകാ വേണ്ടേ? നീ വാ.''

പപ്പേച്ചി വാതിൽ ചാരി പുറത്തുനിന്ന് തഴുതിട്ടു.

''ദേവു കോളേജീന്നു വന്നതും കേറിക്കെടന്നതാ. നല്ല ഒറക്കം. വാസവേട്ടൻ എത്തുമ്പോഴേക്കും നമുക്കിങ്ങു വരാം. ജാനുവേട്ടത്തി നോക്കി ഇരിക്ക്കേണ്.''

ഏഴ്

പകലുറക്കത്തിനിടയിലാണ് ജാതമാമ വന്നു വിളിച്ചത്. ഏതോ സ്വപ്ന ത്തിന്റെ ചിറകുകളിലായിരുന്നു താൻ. അഴിഞ്ഞുലഞ്ഞ മുടി കോതിയൊ തുക്കി ഉറക്കച്ചടവോടെ ജാതമാമയ്ക്കൊപ്പം നടന്നു.

"നമ്മളെവിടേക്കാ, ജാതമാമേ?" അവൾ ചോദിച്ചു.

"കാവിലേക്ക്" ജാതമാമ പറഞ്ഞു.

"ഉച്ച മയങ്ങിയ ഈ നേരത്ത്?"

"കാവിലിപ്പോ നല്ല നിലാവല്ലേ?"

"നിലാവോ, ഈ പകലോ?"

"അതാ പകൽനിലാവ്" ജാതമാമ അവളുടെ മുടിയിൽ തലോടി.

"ഭാഗ്യം." അവൾ പറഞ്ഞു. "അമ്മ വാര്യത്ത് വെടി പറയാൻ പോയ നേരത്താ അത്."

"ങും?"

"സമ്മതിക്കൂലാ. കാവിന്റെ ഏഴയലത്തുപോവാൻ അമ്മ സമ്മതി ക്കൂലാ."

"ദേവു ഒറ്റയ്ക്കല്ലല്ലോ, ഞാനുമില്ലേ?" ജാതമാമ ചോദിച്ചു.

"ദേവു പകൽനിലാവ് കണ്ടിട്ടില്ലല്ലോ?"

"ങ്ഹും, പകലെങ്ങനാ നിലാവൊണ്ടാക്ക?"

"രാത്രിയെങ്ങനാ നിലാവൊണ്ടാകുക" ജാതമാമ മറുചോദ്യം ചോദിച്ചു.

"രാത്രി..." അവൾ ആലോചിച്ചു. "ചന്ദ്രന്റെ മേൽ പതിയുന്ന സൂര്യ പ്രകാശം... ഭൂമീല് പ്രതിഫലിച്ച്..."

"ങും" ജാതമാമ മൂളി. "പകല് നേരിട്ടാ."

"അതെങ്ങനെ?"

"കാവ് ഇടതൂർന്ന് കുട ചൂടി ഇങ്ങനെ നില്ക്കുകല്ലേ? സൂര്യവെളിച്ച ത്തിലെ ചൂടത്രേം കാവിന്റെ പച്ചപ്പ് വലിച്ചെടുക്കും." ജാതമാമ വിശദീക രിച്ചു. "സൂര്യവെളിച്ചത്തീന്ന് ചുവന്ന അദൃശ്യകിരണങ്ങളുടെ ചൂടുപോയാൽ

എന്താ ബാക്കീണ്ടാവുക? സുഖശീതളമായ വെളിച്ചം. കാവിന്റെ മേലാപ്പ് അതിനെ അരിച്ചിറക്കുകേം കൂടിയാവുമ്പോഴോ? അതുതന്നേല്ലേ നിലാവും?"

അവൾക്കതിശയം തോന്നി. എത്ര തന്മയത്വത്തോടെയാണ് ജാതമാമ ഓരോന്നും പറഞ്ഞു തരുന്നത്. കുളത്തിന്റെ ചുറ്റുമതിൽ കെട്ടിയതിനരികിലൂടെ കാവിന്റെ മറുവശത്തേക്കാണ് ജാതമാമ നടന്നത്. തുമ്പേം കുറുന്തോട്ടീം നിലപ്പനകളും ഇടതൂർന്ന് നില്പുണ്ട്. അവയ്ക്കിടയിൽ ഒളിച്ചിരുന്ന് തൊട്ടാവാടികൾ പാവാടത്തുമ്പിൽ കൊളുത്തി വലിച്ചു. ഇതുവഴി പോവല്ലേ, പോവല്ലേന്ന്.

"ദാ, ഇതുവഴി", ജാതമാമ വിരൽത്തുമ്പുകളിൽ മുറുകെ പിടിച്ച് പുറംകാവിലെ പടർപ്പുകൾക്കിടയിലേക്ക് നൂണ്ടുകയറി. "നോക്ക്യേ, കാവിനുള്ളിലെ പകൽനിലാവ്."

ജാതമാമ പറഞ്ഞതെത്ര സത്യം! കാവിനകത്ത് നിലാവാണ്. പുറത്ത് വെയില് ചാഞ്ഞുനില്ക്കുമ്പം കാവിനകത്തുമാത്രം വെളിച്ചം. വേറേതോ ലോകത്ത് ചെന്നുപെട്ടപോലെ. ഇതിനുമുമ്പെങ്ങും കാവിനകത്ത് ഇങ്ങനെ തോന്നീട്ടില്ലല്ലോ എന്നോർത്തു.

"അതിന്, ദേവൂ ഇതിനുമുമ്പെങ്ങും ഈ നേരത്ത് കാവില് വന്നിട്ടില്ലല്ലോ?" ജാതമാമ പറഞ്ഞു.

മനസ്സിൽ തോന്നീതേയുള്ളൂ. ജാതമാമ അത് വായിച്ചറിഞ്ഞിരിക്കുന്നു.

"അല്ലേലും ഇതുവഴി ഇതിനുമുമ്പെങ്ങും ഞാൻ" ദേവു പറഞ്ഞു. "നമ്മളൊക്കെ കാവില് വരിക മുൻവശത്തൂടാണല്ലോ?"

"അതുവഴി വന്നാൽ നാഗത്താന്മാരെ മുറിച്ചുകടക്കണത് ശര്യല്ലല്ലോ?" ജാതമാമ ന്യായം കണ്ടെത്തി.

"ഇതു വഴ്യാവുമ്പോ, ദാ, നമ്മളെവിടാ എത്തീതെന്നു നോക്ക്യേ, ആൾമറയില്ലാത്ത ആ കെണറ്. ദാ, ഈ പടർപ്പിനെടേലാ, സൂക്ഷിക്കണം. കാലെങ്ങാനും തെറ്റിയാൽ..."

ദേവു ഇരുവശവും പാവാട പൊക്കിപ്പിടിച്ചു. അകക്കാവിലെന്താ ഒരു കിലുക്കം? അതോ കാലിലെ പാദസരം കിലുങ്ങുന്നതോ? ദൂരെയെവിടെയോ നിന്നൊരു പുള്ളുവൻപാട്ടിന്റെ ശീല്...

"അതൊക്കെ ദേവൂന്റെ തോന്നലാ," ജാതമാമ പറഞ്ഞു.

"എന്ത്?"

"കാവിനകത്ത് കിലുക്കം കേട്ടതും ദൂരേന്ന് പുള്ളോൻപാട്ടിന്റെ ശീല് വന്നതും..."

"അയ്യയ്യോ, ഈ ജാതമാമ", ദേവു പിണങ്ങി. "ഒരൂട്ടം മനസ്സീ വിചാരിക്കാൻപോലും പറ്റാണ്ടായിരിക്കണൂ. അപ്പഴേക്കും മനസ്സ് വായിച്ചറീം."

"അതാ പരഹൃദയജ്ഞാനം" ജാതമാമ ചിരിച്ചു. 'ഒരാൾ വിചാരിക്കണത് നമ്മളറിയുക."

''ഉവ്വ്. ഇ.എസ്.പി.'' ദേവു പറഞ്ഞു. ''ഞങ്ങൾക്ക് പഠിക്കാനൊണ്ടേ...''

''പഠിക്ക്കേ? ജാതമാമ കളിയാക്കി. ''മനുഷ്യമനസ്സിന്റെ കഴിവുകളെ പുച്ഛിച്ചു തള്ളുകല്ലേ, തെളിവില്ലെന്നു പറഞ്ഞ്?''

''ആരു പറഞ്ഞു, പുച്ഛിച്ചു തള്ളീന്ന്?'' ദേവു ഇടപെട്ടു. ''ടെലിപ്പതീം ക്ലയർവോയൻസുമൊക്കെ ഗവേഷണ വിഷയമാണ്. സൈക്കോ കൈനെ സിസ് എന്നു കേട്ടിട്ടില്ലേ ജാതമാമ? പീകെയെന്നാ ചുരുക്കപ്പേര്. മനസ്സിന്റെ ശക്തികൊണ്ട് വസ്തുക്കളെപ്പോലും വളയ്ക്കാനാവും.''

''ഉവ്വോ'' ജാതമാമ ചിരിച്ചു. ''ആർക്കറീം ഇതൊക്കെ?''

പുറംകാവ് കടന്ന് അകക്കാവിലേക്ക് കടക്കുന്നിടത്ത് വഴിമുടക്കി നാലഞ്ചു ചെറുമരങ്ങൾ, മഹാഗണ്യോ, തമ്പകോ, വേപ്പോ.

''ഇവറ്റകളിങ്ങനെ വഴീ നിന്നാൽ എങ്ങനാ മര്യാദയ്ക്കൊന്ന് അകക്കാ വിലേക്ക് കടക്കുക?''

''അതിനു വഴീണ്ട്.'' ജാതമാമ മരങ്ങളിലേക്കുറ്റു നോക്കി നിന്നു. ''ഒന്നു വഴിമാറിത്തരിക, ഞങ്ങളൊന്ന് അകത്തു കടന്നോട്ടെ.''

അതിശയം! ചെറുമരങ്ങൾ ഇരുവശത്തേക്കും വളയുന്നു. നടുക്ക് രണ്ടാൾക്ക് കടക്കാൻ പാകത്തിൽ വിടവ്. ദേവു ജാതമാമേടെ കൈത്തണ്ട യിൽ മുറുകെപ്പിടിച്ചു.

''ഇതുതന്നെയല്ലേ പീകെ? ജാതമാമ ഇതെങ്ങനെ പഠിച്ചു?''

''പഠിക്കുകേ? ഇതൊക്കെ എങ്ങനാ പഠിക്ക്ക?'' ജാതമാമ വള്ളികൾക്കിട യിലൂടെ നൂണ്ടുകയറി. ''ദാ, നിലാവിൽ ഒരാള് കാത്തിരിപ്പൊണ്ട്.''

''ആര്?'' ദേവു അമ്പരന്നു.

''ദാ, നോക്കിയേ.''

ദേവു കാവിനുള്ളിലേക്ക് നോക്കി. അമൃതിന്റെ വള്ളികൾ പിണച്ച് ആരോ ഊഞ്ഞാലാടുന്നു. പുറംതിരിഞ്ഞാണ്. അഴിഞ്ഞുലഞ്ഞ് ഇടതൂർന്ന ചുരുളൻ മുടി.

''ആരാത്, ജാതമാമേ? എനിക്ക് പേടിയാവുന്നു.'' ദേവു ജാതമാമയോട് ചേർന്നുനിന്നു. ''വല്ല യക്ഷിയോ?''

''യക്ഷിയോ?'' ജാതമാമ ഉറക്കെ ചിരിച്ചു. ''നല്ല കഥ. ഇത് നമ്മടെ-''

പറഞ്ഞുതീർന്നില്ല, അവൾ ഊഞ്ഞാലിൽ ഒന്നു വട്ടംചുറ്റി മുഖം തിരിച്ചു. വാര്യത്തെ ശ്രീയേച്ചി. ശ്രീയേച്ചിക്ക് ഇത്ര ഇരുളിമയോ? അതേ മുഖം. കൈകാലുകൾക്ക് എണ്ണക്കറുപ്പ്. പകൽനിലാവിൽ തോന്നണതാവുമോ?

---

* *ഇന്ദ്രിയേതര ഗ്രഹണം അഥവാ എക്സ്ട്രാ സെൻസറി പെർസെപ്ഷൻ ഇന്ദ്രിയങ്ങളിലൂടെയല്ലാതെയുള്ള അറിവ്. അതീന്ദ്രിയബോധം (ക്ലെയർ വോയൻസ്), ഇന്ദ്രിയാതീത വിചാര വിനിമയം (ടെലിപ്പതി), ഭാവിബോധം (പ്രീകൊഗ്നീഷൻ) എന്നിവ.*

“ശ്രീയേച്ചിയെന്തേ, ഈ നേരത്തിവിടെ, ഒറ്റയ്ക്ക്?”

അമ്പരപ്പ് വിട്ടുമാറിയിരുന്നില്ല.

“ഈ നേരത്തോ? ഒറ്റയ്ക്കോ?” ശ്രീയേച്ചി ഊഞ്ഞാൽ വള്ളികളിൽ നിന്നു കൈവിടാതെ പിന്നോക്കം ചാഞ്ഞ് കാവിന്റെ തലപ്പിലേക്ക് നോക്കി മുത്തുകിലുങ്ങനെ ചിരിച്ചു. “ഞാൻ ഒറ്റയ്ക്കല്ലേ? എനിക്കങ്ങനെയൊരു നേരവൊണ്ടോ, ദേവൂ?” ശ്രീയേച്ചി പിന്നേയും ചിരിച്ചു.

“എനിക്കൊന്നു ദേവൂനെ കാണണംന്നു തോന്നി. ഇതേ പ്രായാര്ന്നല്ലോ അന്ന് ഞാനും?”

“എന്ന്?” ദേവു ആലോചിച്ചു. “എനിക്കൊന്നും മനസ്സിലാവണില്ല ശ്രീയേച്ചീ.”

“തീണ്ടാർന്നിരിക്കുകാര്ന്നില്ലേ ഞാൻ.” അവൾ മുഖം നേരെയാക്കി ദേവൂനെ നോക്കി. “ഇപ്പഴല്ലേ ഏഴു കുളിച്ചത്? എന്റെ പുള്ളോച്ചെക്കൻ വന്നൂന്നറിഞ്ഞപ്പം.”

“പുള്ളോച്ചെക്കനോ?” ദേവു സംശയിച്ചു.

“ങും.” ശ്രീയേച്ചി ചിരിച്ചു. “പോയ ജന്മത്തില് എന്നെ കെട്ടാൻ നോമ്പുനോറ്റിരുന്ന എന്റെ പുള്ളോച്ചെക്കനാ. നിന്റെ ജാതമാമ.”

കാവിനുള്ളിലെങ്ങും ശ്രീയേച്ചിയുടെ ചിരി മുഴങ്ങി. ഊഞ്ഞാൽ എതിർ ദിശയിലേക്ക് പിണച്ച്, പിന്നിലേക്കാഞ്ഞ് അവൾ ചുറ്റിക്കറങ്ങി. ഇടതൂർന്ന മുടി നിലത്തോളം മുട്ടി പാറിപ്പറന്നു.

“ദേവൂന് ഊഞ്ഞാലാടണോ?” ആ കിടപ്പിൽ മുഖം വെട്ടിച്ച് ശ്രീയേച്ചി ചോദിച്ചു.

“ങും” അവൾ വെറുതെ മൂളി.

“ഇപ്പം ആടാട്ടോ. ഞാനൊന്നീ ചുരുളയച്ചോട്ടെ. ദേവൂനെ ചില്ലാട്ടം പറപ്പിച്ച് ദാ, കാവിന്റെ ഉച്ചീ തൊടീപ്പിക്കും ഞാൻ.”

അവൾ എതിർദിശയിലേക്ക് ആയംപിടിച്ച് ചുരുളുകളയച്ചു. ഊഞ്ഞാൽ അതിശീഘ്രം കറങ്ങി. കറക്കത്തിന്റെ വേഗത്തിൽ ശ്രീയേച്ചിയെ കാണാനില്ല. വെളുത്ത പുകരൂപം മാത്രം. നോക്കിനില്ക്കേ അതും ഇല്ലാതായി. ഊഞ്ഞാൽ മെല്ലെ ആടി നിന്നു.

“ഇനി ദേവു കേറിയിരുന്നോ, ഞാൻ ദാ, വരുന്നു” കാവിനകത്തെവിടെയോ ശ്രീയേച്ചിയുടെ ശബ്ദം മുഴങ്ങി.

ശ്രീയേച്ചി ഏതുവഴിയാണ് പോയത്? ഊഞ്ഞാൽ അനക്കമില്ലാതെ.

“അമാന്തിക്കണ്ടാ” ശ്രീയേച്ചിയുടെ സ്വരത്തിനു മൂർച്ച കൂടിയോ? “ദേവൂ ഊഞ്ഞാലിൽ കേറിയിരിക്കൂ. ഞാൻ ദാ, ഇവിടെയുണ്ട്.”

“ശ്രീയേച്ചി എവിടെയാണ്? എന്തിനാ മറഞ്ഞുനിൽക്കുന്നേ? ശ്രീയേച്ചി വന്നിട്ടേ ഞാൻ ഊഞ്ഞാലിൽ കേറൂ.” അവൾ പറഞ്ഞു.

“ദേവൂ, ഇനിയെന്നെ ശുണ്ഠിപിടിപ്പിക്കല്ലേ. പറഞ്ഞല്ലോ ഞാനിവിടെയുണ്ട്. ഊഞ്ഞാലിൽ കേറിയിരിക്ക്. ഞാനൊന്നു ചില്ലാട്ടം പറപ്പിക്കട്ടെ.”

ശ്രീയേച്ചി പതിവില്ലാതെ അരിശപ്പെടുന്നല്ലോ? ശ്രീയേച്ചി സാധുവല്ലേ? അരിശപ്പെടാറേ ഇല്ലല്ലോ? അപ്പോഴാണ് ജാതമാമയെ ഓർത്തത്. തിരിഞ്ഞു നോക്കിയപ്പോൾ ജാതമാമയെ കാണാനില്ല. തൊട്ടുപിന്നിൽ നിന്നിരുന്നതല്ലേ? വിളിക്കാൻ ശ്രമിച്ചപ്പോ ഒച്ച പുറത്തേക്ക് വരുന്നില്ലല്ലോ. ആരോ നാവ് വിലക്കിയതുപോലെ. വല്ലാതെ വിയർക്കുന്നു. തന്നെ തനിച്ചാക്കി ജാതമാമ എവിടേക്ക് പോയി? കാവിന്റെ തലപ്പുകളിൽ കാറ്റു പിടിച്ചു. ചെറുമരങ്ങൾ ഉലഞ്ഞാടി. നിലത്തൂടെ പാഞ്ഞു വന്നൊരു കാറ്റ് കരിയിലകളെ പറത്തി. പൊടിപടലമുയർന്നു. പകൽനിലാവിൽ കാവ് യക്ഷിക്കഥകളിലേതു പോലെ. നിലാവിന് ഇളം നീലനിറമായോ? നിലാവിൽ ഇലകൾ ഒന്നൊന്നായി പൊഴിയുന്നു. ദേവു ഭീതിയോടെ കാവിന് പുറത്തേക്ക് ഓടിരക്ഷപ്പെടാനൊരുമ്പെട്ടു.

കാലുകൾ അനങ്ങുന്നേയില്ല. ശ്രീയേച്ചി കളിയാക്കി ചിരിക്കുന്നു. ശ്രീയേച്ചിയുടെ ചിരി കാവിലെങ്ങും മുഴങ്ങുന്നു. ജാതമാമയെ മനസ്സിലോർത്തു. കണ്ണുകൾ ഇറുകെ അടച്ചുനിന്ന് ആവുന്നത്ര ഉറക്കെ വിളിക്കാൻ ശ്രമിച്ചു. ഈശ്വരാ, ഒച്ച പുറത്തേക്ക് വരുന്നില്ലല്ലോ. അതിശയം! പെട്ടെന്നെവിടെയോ നിന്ന് ജാതമാമയുടെ വിളി കേട്ടു. “ദേവൂ...”

നാവനങ്ങുന്നില്ല.

“ദേവൂ, നീയിവിടെ?”

ജാതമാമ കാറ്റിന്റെ വേഗത്തിൽ കാവിനകത്തേക്ക് പാഞ്ഞുവന്നു. കൈത്തണ്ടകളിൽ കോരിയെടുത്ത് കാവിന് പുറത്തേക്ക് പാഞ്ഞു. ഉമ്മറത്തേക്കാണോടിയെത്തിയത്.

“എന്റെ കുട്ടി വല്ലാതെ പേടിച്ചോ?” വരാന്തയിൽ കിടത്തി ജാതമാമ മുഖത്ത് വെള്ളം തളിച്ചു.

“എന്നെ തനിച്ചാക്കി ജാതമാമ എവിടേക്കാ പോയത്?” അവൾ ഞരങ്ങി.

“നിന്നെ തനിച്ചാക്കിയോ?” ജാതമാമ അമ്പരന്നു.

“നീയല്ലേ തനിച്ചു പോയത്?”

അമ്മ അരികിലെവിടെയോ ഉണ്ടെന്ന് അപ്പോഴാണ് അറിഞ്ഞത്. “ഞാനും ജാതനും വാര്യത്ത് നില്ക്കുകാർന്നില്ല്യേ? അന്നേരവാ ജാതൻ പെട്ടെന്ന് ഒരു വെളിപാടുപോലെ ദേവൂന്ന് വിളിച്ചതും കാവിനു നേർക്കോടീതും. ഞാനന്തിച്ചു പോയേ. ഇതെന്താ കഥയെന്നറിയാതെ. എന്താ പറ്റീത്, ന്റെ കുട്ടിക്ക്, നാഗദൈവങ്ങളേ...”

അമ്മ കാവിനു നേർക്കു തൊഴുതു.

“ഒന്നുമില്ല പപ്പേച്ചീ” ജാതമാമ ആശ്വസിപ്പിക്കുന്നു.

"ഇവൾ പകലുറക്കത്തിലായിര്ന്നില്ലേ? ഉറക്കത്തിലേതോ സ്വപ്ന ത്തിലാണ്ട് എണീറ്റുപോയതാവും, നിദ്രാടനം."

"ഒന്നുമല്ല", ദേവു എണീറ്റിരുന്നു. "എല്ലാം എനിക്കോർമ്മേണ്ട്. ജാതമാമ വന്നു വിളിച്ചതും കൂട്ടിക്കൊണ്ടുപോയതും."

അമ്മ പെട്ടെന്ന് കതകിന് നേർക്ക് നോക്കി.

"അല്ല ജാതാ, വാതില് പുറത്തൂന്ന് തഴുതിട്ടിട്ടായിരുന്നല്ലോ നമ്മള് പോയത്. വാര്യത്ത് ചെന്നതും ശ്രീക്കുട്ടി ദേവൂനെ ചോദിച്ചപ്പോ ഞാനത് പറയ്കേം ചെയ്തതല്ലേ?"

"പപ്പേച്ചീടെ മറവിയാവും" ജാതമാമ പറഞ്ഞു "തഴുതിടാൻ മറന്നു കാണും."

ദേവു അതൊന്നുമല്ല ശ്രദ്ധിച്ചത്. ആകെ ഒരു ദുരൂഹത. എന്തൊ ക്കെയോ കീഴ്മേൽ മറിയുന്നു. കാവിൽ കണ്ടത് ശ്രീയേച്ചിയല്ലെന്നുറപ്പ്. ഒരുപക്ഷേ മായാക്കാഴ്ചയാവാം. മനസ്സിൽ ആഴത്തിൽ വേരിറങ്ങിയ വിശ്വാസങ്ങളും ധാരണകളും കൂടിച്ചേർന്ന്. മനശ്ശാസ്ത്രം പഠിക്കുന്നൊ രാൾ ഒന്നിലും പതറിക്കൂടാ. ഓരോന്നും അപഗ്രഥിക്കണം. സുകന്യ മാം പറയാറുണ്ട്. മാമിനെയൊന്നു കണ്ടാലോ? വൈകണ്ട, ഇപ്പോൾത്തന്നെ.

എല്ലാം പറയണം. ഇതുവരെ നടന്നതൊക്കെയും. മാം ഒരു പോംവഴി കണ്ടെത്താതിരിക്കില്ല. ഗേറ്റിൽ ഒരു ജീപ്പിന്റെ മുരൾച്ച. പപ്പേച്ചി എത്തി നോക്കി. പൊടിപടലമുയർത്തി വാസവേട്ടന്റെ പൊലീസ് ജീപ്പ് പാഞ്ഞു വരുന്നു.

"ഇവിടെയീ നടന്നതൊന്നും പറയണ്ട." പപ്പേച്ചി തിടുക്കത്തിൽ പറഞ്ഞു. "പിന്നെ അതുമതി..." ജീപ്പ് മുറ്റത്ത് മുക്രയിട്ടു നിന്നു.

വാസവേട്ടൻ തനിച്ചല്ല. കൂടെയൊരാളുമുണ്ട്.

കറുത്ത് കരുത്തനായൊരുത്തൻ. ആരാണയാൾ?

എട്ട്

“ദാ, ഇവൻ വാസവേട്ടൻ വരുന്നതും കാത്ത് എത്ര നേരായി നിക്കണു.” പപ്പേച്ചി ഉമ്മറത്തേക്ക് ചെന്നു.

“ങും.” വാസവേട്ടൻ അമർത്തി മൂളി.

അയാൾ യൂണിഫോമിലായിരുന്നു. കൂടെ വന്നയാളെ കൂട്ടി അകത്തേക്ക് നടക്കുന്നതിനിടയിൽ ജാതവേദനെയൊന്ന് ഇരുത്തി നോക്കി. പപ്പേച്ചി അരികത്തേക്ക് വന്നു. “വാസവേട്ടൻ അങ്ങനാ, പൊലീസല്ലേ? ആദ്യമൊന്നും അടുക്കുവേല. പിന്നെ താനേ ശരിയായിക്കോളും.”

“പപ്പേച്ചി ഇത്രേക്കെ പറയാൻ ന്താണ്ടായേ?” ജാതവേദൻ ചിരിച്ചു.

“ഏയ്, ഒന്നൂണ്ടായിട്ടല്ല.” പപ്പേച്ചിയുടെ കണ്ണുകൾ നിറഞ്ഞു. “ന്നാലും...”

അതിനിടെ വാസവേട്ടൻ അകത്തുനിന്നു വിളിച്ചു: “എവിടെ ആ ദിവ്യൻ?”

“ദാ, വാസവേട്ടൻ വിളിക്കുന്നു”, പപ്പേച്ചി അകത്തേക്ക് ക്ഷണിച്ചു. “ഞാൻ പറഞ്ഞില്ലേ, അത്രേള്ളൂ.”

വാസവേട്ടനും ചങ്ങാതിയും സെറ്റിയിൽ കാലിന്മേൽ കാലുകയറ്റി ഇരിക്കുകയാണ്. “ഇത് റഷീദ്, എസ്പീടെ ക്രൈം സ്ക്വാഡിലാ” വാസവേട്ടൻ പപ്പേച്ചിയോടായി പറഞ്ഞു. “ഇവനൊരു നരിയാ.”

“ജാതാ, നീയിരിക്ക്”. പപ്പേച്ചി അത് ശ്രദ്ധിക്കാതെ കസേര നീക്കിയിട്ടു.

“ഇരിക്കാൻ വരട്ടെ.” വാസവേട്ടൻ പല്ലിളിച്ചു. “അതിനുമുമ്പ് ചെല കർമ്മങ്ങളൊക്കേണ്ട്. നീ അകത്തു പോ.”

പപ്പേച്ചി കാര്യമറിയാതെ പകച്ചുനിന്നു.

“ങും.” വാസവേട്ടൻ പപ്പേച്ചിയെ നോക്കി അമർത്തി മൂളി. “നീ പോ.”

പാവം പപ്പേച്ചി. പിന്നെയവിടെ നിന്നില്ല. വാസവേട്ടന്റെ വിരലുകൾക്കിടയിൽ ഒരു സിഗരറ്റ് തത്തിക്കളിച്ചു.

“ആൾക്കാര് പറഞ്ഞു കേട്ടു” വാസവൻ പുച്ഛം കലർന്ന ചിരിയോടെ തുടങ്ങി. “ഒരുപാട് തട്ടിപ്പ് പരിപാടികള് കൈയിലൊണ്ടല്ലേ? എവ്ടന്നിതെല്ലാം പഠിച്ചാശാനേ? ഞങ്ങക്കുംകൂടെ പറഞ്ഞു താ.”

ജാതവേദൻ വെറുതെയൊന്ന് ചിരിച്ചതേയുള്ളൂ.

"ചിരിക്കണ്ടാ," വാസവേട്ടൻ പരിഹസിച്ചു. "ഇമ്മാതിരി തട്ടിപ്പുകൾ ദിവസോം കാണുന്നോരാ ഞങ്ങള് പൊലീസുകാര്. ചിരിയിൽ വീഴ്ത്താതെ കാര്യത്തിലേക്ക് വാ. എവടാരുന്നാശാനേ ഇത്രകാലോം? എന്നാ പണി യൊപ്പിച്ചേച്ചാ നില്ക്കക്കള്ളിയില്ലാതെ ഇങ്ങോട്ടു പോന്നേ?"

ജാതവേദൻ അതിനും ചിരിച്ചതേയുള്ളൂ. ചിരിക്കാതെ എന്താ ചെയ്യുക? വാസവേട്ടൻ സിഗരറ്റ് വിരലുകൾക്കിടയിലിട്ട് തെറ്റിച്ചു. പിന്നെയത് ചുണ്ടിൽ തിരുകുന്നതിനിടയിൽ ചങ്ങാതിയോട് പറഞ്ഞു: "കേട്ടോ റഷീദേ, എവനെപ്പോലൊരുത്തനെ തെരഞ്ഞുപോയതാ ഞാൻ കോയമ്പത്തൂര്. ഞാൻ ചെന്നതും അവൻ മുങ്ങി കള്ള റാസ്ക്കല്."

അയാൾ സിഗരറ്റിന് തീ കൊളുത്തി. ആഴത്തിലൊരു പുകയെടുത്ത് വായുവിലേക്ക് ഊതിവിട്ടു. അത് വലയങ്ങളായി ജാതവേദനെ വരിയുന്നത് കൗതുകത്തോടെ നോക്കിയിരുന്നു.

"റഷീദേ, ഇവിടിരുന്നാൽ ഇവനൊന്നും പറയുകേല", വാസവേട്ടൻ എണീറ്റ്, കുടവയറിനെ വീർപ്പിച്ചു മുട്ടിച്ചിരുന്ന തടിച്ച ബെൽറ്റൂരി. "ചോദ്യം ചെയ്യലിൽ നീ ആളൊരു കേമനാണല്ലോ? എവ്ടാന്നുവച്ചാ കൊണ്ടുപോ. എവന്റെ മനസ്സിനകത്തൊള്ളതെല്ലാം പൊറത്തെടുത്തിട്ട് വിട്ടുതന്നാ മതി."

"വാ" റഷീദ് എണീറ്റ് ജാതവേദന്റെ ഉരത്തിൽ പിടിമുറുക്കി. പപ്പേച്ചി അതുകണ്ട് പരിഭ്രമിച്ച് ഓടിവന്നു.

"എവിടേക്കാ, അവനെ തനിച്ച്?" പപ്പേച്ചി മുന്നിൽ വന്നുനിന്നു.

"നീ മാറ്." വാസവേട്ടൻ അവരെ തട്ടിമാറ്റി. "റഷീദിന് കൊറെ കാര്യ ങ്ങള് ചോദിച്ചറിയാനൊണ്ട്. അതു കഴീമ്പം അവനിങ്ങു കൊണ്ടുവരും."

"എന്താണിതിന്റേക്കെ ആവശ്യം?" പപ്പേച്ചി തലയിലടിച്ചു. "അവനെന്തു പെഴച്ചിട്ടാ?"

"പപ്പേച്ചി വെഷമിക്കാണ്ടിരി" ജാതവേദൻ അവരുടെ കൈയിൽ കടന്നു പിടിച്ചു. "ഞാനിപ്പോ ഇങ്ങെത്തൂല്ലേ?"

"ഉം, പോ സുഖിപ്പാക്കാണ്ട്." വാസവേട്ടൻ മുഖം കോട്ടി. റഷീദ് ജീപ്പിന്റെ പിൻഭാഗം തുറന്ന് അകത്തേക്ക് കൈ ചൂണ്ടി.

റഷീദ് ജീപ്പ് മുന്നോട്ടെടുത്തതും വാസവേട്ടൻ പപ്പേച്ചിയോടായി പറഞ്ഞു: "ഒരു പൊലീസ് ആപ്പീസറ്ടെ അളിയനായി വാഴണേല് കൊറെ യൊക്കെ കഷ്ടപ്പാട് സഹിക്കേണ്ടി വരും."

ജീപ്പ് കാഴ്ചയിൽനിന്ന് മറഞ്ഞതും അയാൾ അകത്തുകയറി വാതിൽ തഴുതിട്ടു. കാക്കി ഉരിഞ്ഞു മാറ്റി ലുങ്കിയെടുത്തു ചുറ്റി. സിഗററ്റ് പായ്ക്ക് തുറന്ന് രണ്ടാമതൊന്നുകൂടി ചുണ്ടിൽ തിരുകി. ബ്രീഫ് കേസ് തുറന്നു നോക്കി. ഭദ്രം. കോയമ്പത്തൂരെ യാത്ര പാഴായില്ല. പിടി തരാതെ വഴുതി പ്പോകുമെന്നു കരുതിയതാണ്. ഭാഗ്യം കടാക്ഷിച്ചു. കണ്ണിന്റെ മുമ്പീ കൊണ്ടു തന്നപോലല്ലേ, അവൻ വന്നു വീണേ. എങ്ങനെ ദൈവത്തീ

വിശ്വസിക്കാണ്ടിരിക്കും? പിടി മുറുകീന്നൊറപ്പായപ്പം അവന്റെ ആൾക്കാർ ഒത്തുതീർപ്പിനു വന്നു. പത്തു ലക്ഷത്തിനുവേണ്ടി പിടിച്ചതാണ്. അഞ്ചു റൊക്കം കിട്ടി.

കൊലക്കേസ് പ്രതിയാണ്. പതിനേഴുകാരിയെ ബലാത്സംഗം ചെയ്തു കൊന്ന കേസിലെ പ്രതി. ആർക്കു ചേതം? ചത്തോള് ചത്തു. അവനിച്ചിരെ രാഷ്ട്രീയ പിടിപാടൊക്കെയൊണ്ട്. രക്ഷപ്പെട്ടോളും. കോയമ്പത്തൂരു മുഴുവൻ തെരഞ്ഞു. പ്രതി ബാംഗ്ലൂർക്ക് കടന്നതായി സൂചന എന്നൊരു റിപ്പോർട്ടങ്ങു കാച്ചി. ഇനി മഷിയിട്ടു നോക്കിയാൽ അവനെ കിട്ടുകേലാ. കോയമ്പത്തൂർ യാത്ര ഒന്നാഘോഷിക്കാമെന്നു കരുതി വന്നതാണ്. ജമീല പലവട്ടം വിളിച്ചിരുന്നു. അപ്പഴാ എവന്റെ എഴുന്നള്ളത്ത്.

ജാതവേദൻ. ഫൂ... അതവൻ തന്നെയാ ഒറപ്പ്. അല്ലാതെ ചങ്കുറപ്പൊള്ള ഒരുത്തനും അഡീഷണൽ എസ്.ഐ. വാസവന്റെ തട്ടകത്തുകേറി കളിക്കാൻ മെനക്കെടുകേല. അതുതന്നെയാ കീറാമുട്ടീം. ഇത്ര കാലോം ചത്തു തൊലഞ്ഞൂന്ന് കർതി ഇരുന്നതല്ലേ. ഇനീപ്പോ സ്വത്തിന്റെ നേർപകുതി അവന് കൊടുക്കാനല്ലേ അവള് പറേണത്. അവളതാ ടൈപ്പ്. അവനെന്നു വച്ചാ ചാകും. അവൻ വന്നപ്പം എന്താ അവള്ടെ ഉശിര്?

അവള് മാത്രോ? മറ്റവളോ? അവനേതോ ദിവ്യപുരുഷനാണെന്നാ അവള്മാര്ടെ പറച്ചില്. അവന്റെ പൂശ് പൊളിക്കണം. അവൻ സന്ന്യാസിയാണെന്നല്ലേ വെപ്പ്? സന്ന്യാസിക്കെന്തിനാ സ്വത്തും പണോം? അല്ലാ, അതൊരു നല്ല ലാ പോയിന്റാണല്ലോ?

വാസവന് അകമേ സന്തോഷം തോന്നി. അവനെ ഒതുക്കാൻ രണ്ടുണ്ട് വഴി. ഒന്നുകീ സ്വത്തും പണോം വേണ്ടാന്നുവെച്ച് ഇതുവഴിയൊക്കെ ഒന്നു കറങ്ങീട്ട് വന്ന വഴിക്ക് പൊയ്ക്കോട്ടെ. അതല്ലാ, പെണ്ണുകെട്ടി, സ്വത്തിന്റെ വീതോം മേടിച്ച് ഇവിടെയങ്ങ് കൂടിക്കളയാമെന്നാണ് ഭാവമെങ്കില് ആ വഴിക്ക് നോക്കണ്ടി വരും.

ഒന്നും എടുപിടീന്ന് വേണ്ടെന്ന് റഷീദിനോട് പറഞ്ഞിട്ടൊണ്ട്. ഒരിക്കൽ വീടുവിട്ടു പോയവൻ പിന്നേം പോയെന്നേ ആൾക്കാര് കർതൂ. അതിനൊക്കെ പറ്റിയ ടീമൊണ്ട്. ഇരുചെവി അറിയുകേല. ടൗണിലെ കടമുറികളും നാട്ടിലെ രണ്ടേകാല് ഏക്കറ് തെങ്ങിൻ പൊരേടോം അങ്ങനങ്ങ് വിട്ടുകൊടുക്കാൻ പറ്റുവോ? ഇത്ര കാലോം സ്വന്തമെന്നു കരുതി കൈയീ വച്ചോണ്ടിരുന്നതെല്ലാം. വാസവന്റെ മൂളകൊണ്ടാ ഇത്രേമൊക്കെ നേടീത്. അതൊരുത്തനും തട്ടിയെടുത്തോണ്ടു പോകാനൊള്ളതല്ല. തക്കനേരം നോക്കി ആ കെഴവനേം അവളേം സൂചിമൊനേൽ നിത്തീട്ടാ വാസവൻ വലതുകാലെടുത്തുവച്ചേ. ചെക്കൻ നാടുവിട്ട് പോയെന്ന് വച്ച് എന്തോ ഒണ്ടാവാൻ? ആ മൊരടൻ മാഷോട് നാട്ടാർക്ക് ഒണ്ടാർന്ന ഈർഷ്യ തക്ക സമയത്ത് ഊതിക്കത്തിച്ചത് വാസവന്റെ ബുദ്ധി.

അതുകൊണ്ടെന്താ? കിളികിളിപോലത്തെ പെണ്ണ്. ടൗണില് ഏഴെട്ടു കടമുറീം നാലര ഏക്കറ തെങ്ങിൻപൊരേടോം, ഒന്നാന്തരം തറവാട്ടു വീടും!

ഒന്നു കാണാണ്ട് വാസവൻ ഒന്ന് ചെയ്യുവേല. അല്ലാർന്നേൽ ഇവളേം കൊണ്ട് വേറെ ആണുങ്ങള് പോയേനേ.

ഒണ്ടാർന്നല്ലോ ഒരുത്തൻ. അവന്റെ പ്രേരണേലാണല്ലോ എവള് ഹോസ്റ്റലീ താമസമാക്കീത്. രണ്ടാളും ഒരുമിച്ചാർന്നല്ലോ യാത്ര. ഓരോ തവണേം ഹോസ്റ്റലീന്ന് നാട്ടീവരെ അവൻ കൂട്ടുവരുന്നത് വാസവൻ എത്രവട്ടം കണ്ടിരിക്കുന്നു. ഒന്നും വാസവൻ അറിയാഞ്ഞിട്ടല്ല.

വാസവൻ ഒന്നു കൊതിച്ചാ അത് നേടും. വാസവന്റെ കണക്കു കൂട്ടലുകള് ഇതേവരെ തെറ്റീട്ടില്ല. ആർക്കും വേണ്ടാതെ കെടന്ന വാസവൻ അഡീഷണൽ എസ്.ഐ. വാസവനായില്ലേ? സിഗരറ്റ് ഒന്നൂതിവിട്ടതും വാതിലിൽ മുട്ടുകേട്ടു.

പത്മയായിരുന്നു. അവളുടെ മുഖം കരഞ്ഞു കലങ്ങിയിരുന്നു.

"അവനെ ഏടയ്ക്കാ കൊണ്ടുപോയേ?" അവൾ എന്തോ നിശ്ചയിച്ചുറച്ചപോലെ അകത്തേക്ക് വന്നു.

"ഹഹഹ! ഇതെന്തു ചോദ്യം? നീയാര് വനിതാ പൊലീസോ?"

"എനിക്കറീണം." അവൾ ഉറച്ച സ്വരത്തിൽ പറഞ്ഞു. "എന്റെ ജാതന് എന്തേലും പെണഞ്ഞാൽ?"

"നീയെന്തൊക്കെയാ ഈ പറേണേ, പപ്പേ" അനുനയത്തിൽ അയാൾ അവളുടെ തോളത്ത് തട്ടി. "നിന്നെ വെറുതെയൊന്നു ചൊടിപ്പിക്കാൻ ഞാനങ്ങനേക്കെ പറഞ്ഞതല്ലേ?"

അവൾ പെട്ടെന്ന് കൈ തട്ടിമാറ്റി. "ആരാണയാൾ, ഇന്നേവരെ കണ്ടിട്ടില്ലാത്ത ഒരുത്തൻ?"

"ഞാൻ പറഞ്ഞില്ലേ, ക്രൈം സ്ക്വാഡിലെ റഷീദ്."

"ജാതനെ എന്തിനാ കൊലപ്പുള്ളിയെപ്പോലെ അയാള് ജീപ്പിക്കേറ്റിക്കൊണ്ടുപോയേ, എനിക്കറീണം."

അവൾ വിടുന്ന മട്ടില്ല. എങ്ങനെയും അവളെ അനുനയിപ്പിച്ചേ പറ്റൂ. അയാളോർത്തു. ഈയവസരത്തിൽ മറിച്ചൊരു നീക്കം കാര്യങ്ങള് വഷളാക്കിയാലോ?

"അവനെ എങ്ങോട്ടും കൊണ്ടുപോയിട്ടില്ല. കുറേക്കാലം ഊരുചുറ്റി വന്നതല്ലേ? കാര്യങ്ങളൊക്കെ ഒന്നു ചോദിച്ചറിയണ്ടേ? റഷീദാവുമ്പോ നയത്തില് എല്ലാം ചോദിച്ചറീം."

"എന്തോന്നറിയാൻ?" അവൾ ക്ഷോഭിച്ചു. "എന്താ അറ്യേണ്ടതെന്ന് വച്ചാ എന്നോട് ചോദിക്ക്. ഞാമ്പറയാം."

"അതല്ല, പപ്പേ. നാളെ അവനെക്കുറിച്ച് വേറൊന്നു കേൾക്കാനെട വരല്ലേ. നിന്റെ വാസവേട്ടൻ ഒരു പൊലീസ് ഓഫീസറായിപ്പോയില്ലേ? എല്ലാം ആദ്യമേ ചോദിച്ചറീണതല്ലേ, ബുദ്ധി?"

അതേറ്റു. പത്മ കണ്ണുകളിലേക്ക് നോക്കി "സത്യാണോ?"

“എന്താ പപ്പേയിത്? നീയല്ലേ പറഞ്ഞേ, അവനെ കെട്ടിക്കണം, സ്വത്തിന്റെ വീതം കൊടുക്കണം എന്നൊക്കെ. ഒരു പെണ്ണിനെ പിടിച്ചേല്പിക്കും മുമ്പേ നമ്മള് കാര്യങ്ങളൊക്കെ അറിഞ്ഞിരിക്കണ്ടേ? നാളെയവൻ എല്ലാം ഇട്ടെറിഞ്ഞേച്ചു പിന്നേം ഊര് തെണ്ടാൻ പോയാ നമ്മള് വേണ്ടേ അവരോട് സമാധാനം പറയാൻ?”

അവൾക്കത് ബോധ്യപ്പെട്ടെന്നു തോന്നുന്നു. അവൾ മുഖം കുനിച്ചു. “എന്നാലും ഒരു പിടികിട്ടാപ്പുള്ളിയെ പിടിച്ചോണ്ടു പോകുംപോലെ വേണ്ടീര്ന്നില്ല. അവനെന്തു വിചാരിച്ചുകാണും?”

“അതൊക്കെ റഷീദിന്റെ മുമ്പില് ഞാനൊരു നാടകം കളിച്ചതല്ലേ? പിന്നെ പൊലീസിന് പൊലീസിന്റേതായ ചെല രീതികളൊക്കെയൊണ്ടല്ലോ?”

“എങ്കീ വാസവേട്ടനും കൂടെ പോകാര്ന്നില്ലേ? ”അവൾ ചൊടിച്ചു.

“പോകാര്ന്നു. അതിനെടേൽ...”

“ങും?” പത്മ ആകാംക്ഷയോടെ നോക്കി.

അവളുടെ പ്രതികരണം ഊഹിച്ചുതന്നെ ബ്രീഫ്കേസ് തുറന്ന് മുന്നിൽ വച്ചു. “കോയമ്പത്തൂർ പോയ വഴിക്ക് ഒത്തതാ. അഞ്ച് ലക്ഷമൊണ്ട്.” പത്മ താല്പര്യമില്ലാതെ മുഖം തിരിച്ചു.

“ഇങ്ങനേന്നും സമ്പാദിക്കണ്ടാന്ന് നൂറുവട്ടം പറഞ്ഞിട്ടൊള്ളതാ, ഞാൻ.”

“നിനക്ക് പറയാം. ഒരു പെണ്ണ് പ്രായായി വര്കാണ്.”

“അവളെ ഓർത്താരും വിഷമിക്കണ്ട,” പത്മ എടുത്തടിച്ച പോലെ പറഞ്ഞു.

“എന്തൊക്കെ ഒണ്ടായിട്ടെന്താ കാര്യം? ആർക്കറിയാം ഇതുപോലൊരുത്തൻ അവൾടേം ജീവിതം തൊലയ്ക്കാൻ വരില്ലാന്ന്.”

“പപ്പേ.” ചോര വല്ലാതെ തിളച്ചുകയറി. കൈ തരിച്ചതാണ്. പിന്നെയോർത്തു. വേണ്ട, മൂഡ് കളയണ്ട. ജമീല കാത്തിരിപ്പൊണ്ട്. അവളെ കണ്ടിട്ട് രണ്ടാഴ്ചയായി. കോയമ്പത്തൂർന്ന് വിളിച്ചപ്പഴും അവൾ പരിഭവം പറഞ്ഞു. അത്താഴമൊരുക്കി ജമീല കാത്തിരിക്കും. ഇന്നത്തെ നൈറ്റ് പട്രോളിങ്ങ് ജമീലയുടെ സിരാപടലങ്ങളിലൂടെയാവാം.

വിജനമായൊരു നിരത്തിലൂടെ റഷീദ് അതിവേഗം ജീപ്പോടിക്കുകയാണ്. തെരുവുവിളക്കുകൾ അവസാനിച്ചു കഴിഞ്ഞു. ഇരുൾമൂടിയ പാതയിലൂടെ ജീപ്പ് മുന്നോട്ട് പായുകയാണ്. വണ്ടിയുടെ വെട്ടത്തിൽ തൊട്ടുമുന്നിൽ തെളിയുന്ന കുണ്ടും കുഴികളും വെട്ടിച്ച് തികഞ്ഞൊരു അഭ്യാസിയെപ്പോലെ. ജാതവേദൻ അത് കൗതുകത്തോടെ നോക്കിയിരുന്നു. പുറപ്പെട്ടശേഷം ഇതേവരെ അയാൾ ഒന്നും ഉരിയാടിയിട്ടില്ല. തെരുവുവിളക്കുകളുടെ വെളിച്ചത്തിൽ ഇടയ്ക്കിടെ അയാളുടെ പരുഷമായ മുഖം തെളിഞ്ഞു കാണാം. പേശികൾ വലിഞ്ഞുമുറുകി പൊട്ടുന്ന പോലെയാണ് ഭാവം.

ഇടയ്ക്ക് കണ്ണുവെട്ടിച്ച് പിന്നിലേക്ക് പാളി നോക്കും. നേരം കുറേയായി ഈ ഓട്ടം തുടങ്ങീട്ട്. ആളൊഴിഞ്ഞ ഏതോ ഒരിടത്തേക്ക് കൊണ്ടുപോകുകയാണയാൾ. ജാതവേദൻ കണക്കുകൂട്ടി. ഇരുപാടും മരങ്ങൾ ഇടതിങ്ങിയ പാതയിലൂടെയാണിപ്പോൾ ജീപ്പ് പായുന്നത്. എവിടെനിന്നോ ഒരു പക്ഷി പാറി വന്ന് ജീപ്പിന്റെ ചില്ലിൽ തട്ടിത്തെറിച്ചു.

"നാശം." തിടുക്കത്തിൽ ബ്രേക്കിൽ കാലമർത്തുന്നതിനിടയിൽ അയാൾ ആദ്യമായൊരു വാക്കുരുവിട്ടു.

അതൊരു കടവാതിലായിരുന്നു. ജീപ്പിന്റെ ചില്ലിൽ ചുവപ്പു പൊട്ടു കണക്കെ ചോരത്തുള്ളികൾ.

"നേരം ഏറെയായല്ലോ സുഹൃത്തേ." ജാതവേദൻ വിരസതയൊഴിവാക്കാമെന്നോർത്ത് ചോദിച്ചു. "എവിടേക്കാണീ അന്തമില്ലാത്ത യാത്ര?"

സുഹൃത്തേ എന്ന വിളി രസിച്ചില്ലെന്നു തോന്നുന്നു. അയാൾ രൂക്ഷമായി തലവെട്ടിച്ചു നോക്കി. അപ്പോഴും ജീപ്പ് മുന്നോട്ടുള്ള കുതിപ്പിൽത്തന്നെ.

"ചോദ്യങ്ങളൊന്നും ഇങ്ങോട്ടുവേണ്ട." താക്കീതെന്നപോലെ അയാൾ പറഞ്ഞു. "വേണ്ട സമയത്ത് അങ്ങട്ട് ചോദിച്ചോളാം."

ജാതവേദൻ അതുകേട്ട് ചിരിച്ചു. "സാക്ഷാൽ യമദേവൻപോലും ചോദ്യങ്ങൾ തീർത്തും വേണ്ടാന്ന് പറഞ്ഞിട്ടില്ല, നചികേതസ്സിനോട്."

"അതാര്?" അയാൾ ചീറി.

"നചികേതസ്സ്" ജാതവേദൻ ചിരിച്ചു. "പഴയൊരു പുള്ളിയാ, യമദേവനെ ചോദ്യങ്ങൾ ചോദിച്ച് ഉത്തരം മുട്ടിച്ച..."

"വേണ്ട, പഴമ്പുരാണങ്ങളഴിക്കണ്ടാ." അയാൾ ഈർഷ്യയോടെ ജീപ്പ് ചവിട്ടി നിർത്തി. കീശയിൽനിന്നൊരു സിഗരറ്റെടുത്ത് തീ കൊളുത്തി.

മഞ്ഞിന്റെ വലയം എവിടെനിന്നോ പാറി വന്നു. കുളിര് പകർന്ന്, രോമങ്ങളെ ഉണർത്തി അത് തഴുകി തഴുകി കടന്നുപോയി. അയാൾ ആഞ്ഞൊരു പുകയെടുത്ത് പുറത്തെ മഞ്ഞിലേക്കൂതിവിട്ടു.

"എന്നാ ഇനി കേട്ടോ." അയാൾ ഒന്നിളകിയിരുന്നു. "കഴുവേറ്റുകുന്നെന്നു പറേം. അവടയ്ക്കാ. എന്താ പേടിയൊണ്ടോ? ഒണ്ടേൽ ഇപ്പ പറഞ്ഞോണം. ചെന്നു കേറിയാ, പിന്നെ ജീവനോടെ വന്നാ പറയാം വന്നെന്ന്."

"കേട്ടിരിക്കുന്നു." ജാതവേദൻ സൗമ്യമായി പറഞ്ഞു. "ഇതേവരെ പോകാനൊത്തില്ല. നല്ല തരായി. കൂട്ടിനൊരാളായല്ലോ?"

"ആ കാണുന്നതാ കഴുവേറ്റുകുന്ന്." അയാൾ താടി മുന്നോട്ട് പൊക്കി.

ജാതവേദൻ മുന്നിലേക്ക് നോക്കി. ഇരുട്ടിൽ കഴുവേറ്റുകുന്ന് കരിമ്പടം പുതച്ചു നില്ക്കുന്നു. ആകാശത്തിന്റെ ഇരുണ്ട നീലിമയിലേക്ക് മുടിയാട്ടം നടത്തുന്ന പനന്തലപ്പുകൾ. കുഞ്ഞുന്നാളിൽ കഴുവേറ്റുകുന്ന് പേടിസ്വപ്നമായിരുന്നു. അമ്മ പറഞ്ഞുതന്ന കഥകൾ ഓർമ്മ വന്നു. രാജ

വാഴ്ചക്കാലത്ത് തൂക്കിലേറ്റിയിരുന്ന ഇടം. ഉച്ച മയങ്ങിയാൽ ആരും കുന്നിന്റെ താഴ്വാരത്തൂടെ വഴി നടന്നിരുന്നില്ല. പകൽസമയത്തും ആരും ഒറ്റയ്ക്ക്...

വണ്ടിക്കാളകൾ പോലും പേടിച്ചരണ്ട് ഭ്രാന്തിളകി ഓടിയ എത്രയോ കഥകൾ. ചൂരലും മുൾപ്പടർപ്പുകളും ഇടതിങ്ങിയ കുറ്റിക്കാടുകൾ കീരികളുടേയും കുറുനരികളുടേയും കാട്ടുപൂച്ചകളുടേയും താവളമായിരുന്നു. കുന്നിന്റെ ഉച്ചിയിലെങ്ങും മുടിയഴിച്ചാടുന്ന പനങ്കാടുകൾ. നടുവിൽ നീർനായകൾ പാർക്കുന്ന ചെറിയൊരു തടാകം. തടാകത്തിന്റെ നടുവിലെ തുരുത്തിലായി നാലഞ്ചു കഴുമരങ്ങൾ. കാരിരുമ്പിലും തടിയിലും തീർത്തത്. തലകീഴായാണ് തൂക്കിലേറ്റിയിരുന്നത്. ദിവസങ്ങളോളം പ്രാണൻ പോവാതെ കിടക്കും. തൂക്കുകയർ ഞാന്ന് ഞാന്ന് ഇരകൾ താഴെയെത്തുന്നതും കാത്ത് തുരുത്തിൽ മുതലകളും ചീങ്കണ്ണികളും വെയിൽ കാഞ്ഞ് കിടക്കും. അതിനകം കഴുകന്മാരുടെ ഊഴവും തുടങ്ങിയിരിക്കും.

ഇരുൾ പരന്നുതുടങ്ങിയാൽ അപശബ്ദങ്ങളാണെങ്ങും. ദീനദീനമായ നിലവിളികൾ. ദാരുണമായ അലമുറകൾ. അലർച്ചകൾ, മരണവിളികൾ. എവിടെനിന്നോ വലിയൊരു കാറ്റു വീശി. കുറുനരികൾ ഓലിയിട്ടു. പനങ്കൂട്ടങ്ങൾ മുടിയഴിച്ചാടി. മുളങ്കാടുകളിൽ നിന്ന് ചൂളംവിളികളുയർന്നു. തണുത്ത കാറ്റുവന്ന് മേലാകെ കുളിരിട്ടു. മരവിച്ച വിരലുകൾ ശരീരമെങ്ങും സ്പർശിക്കുന്നതു പോലെ.

“ഈ സ്ഥലം എപ്പടി?” റഷീദ് പരിഹാസത്തോടെ ചോദിച്ചു.

“കൊള്ളാം.” ജാതവേദൻ ആസ്വദിച്ചു. എല്ലാം നിമിത്തമാണ്, അയാളോർത്തു. ഇവിടെ എത്തിച്ചേരാനും ഒരു നിമിത്തം. ആരറിയുന്നു, തന്റെ യാത്രയിൽ ഇയാൾ നിർവഹിക്കുന്ന നിർണ്ണായകമായ ദൗത്യമല്ല ഇതെന്ന്.

“എന്നാ മോളിലേക്ക് വിട്ടാലോ?” റഷീദ് വണ്ടി ഇരപ്പിച്ച് മുന്നോട്ടെടുത്തു.

“ഒച്ചവയ്ക്കണ്ട.” ജാതവേദൻ വിലക്കി. “പാവം ജീവികൾ ഉറക്കത്തിലാവും.”

“ഓ, എന്തൊരു ദീനാനുകമ്പ. ” അയാൾ പരിഹസിച്ചു. “ആരിത്, സാക്ഷാൽ യേശുക്രിസ്തുവോ അതോ ബുദ്ധനോ?”

കഴുവേറ്റുകുന്നിന്റെ മുകളിലേക്ക് ജീപ്പ് ഉടുമ്പിനെപ്പോലെ അള്ളിപ്പിടിച്ച് കയറുകയാണ്. അങ്ങിങ്ങ് ചിതറി വീണ വെട്ടത്തിൽ ചെറുതും വലുതുമായ പച്ചക്കണ്ണുകൾ തിളങ്ങി. പക്ഷികൾ പേടിച്ചരണ്ട് ചിറകടിച്ചു. പേരറിയാത്ത ഏതൊക്കെയോ ജീവികൾ ഭീതിപൂണ്ട് കരയുകയോ മൂളുകയോ ചെയ്യുന്നു.

മുകളിലെത്തിയതും അയാൾ പെട്ടെന്ന് ബ്രേക്ക് ചവിട്ടി. ജീപ്പ് ഒരലർച്ചയോടെ ആടിയുലഞ്ഞുനിന്നു.

ഒമ്പത്

ജാതവേദനെക്കുറിച്ച് ദേവു പറഞ്ഞുതീരും വരെ സുകന്യ കേട്ടിരുന്നു. മനുഷ്യമസ്തിഷ്കത്തിന്റെ കറങ്ങും മാതൃക അവളുടെ നേർത്ത വിരൽത്തുമ്പുകളിൽ കറങ്ങിക്കൊണ്ടേയിരുന്നു. മാക്ബത്തിന്റെ കൺമുന്നിലേക്ക് ഒഴുകിയെത്തുന്ന കഠാരപോലെ, ദേവുവിന്റെ ജാതമാമയ്ക്കും വിശകലനം ചെയ്യേണ്ട പുരാവൃത്തമുണ്ടാകുമെന്ന് സുകന്യ ഇതിനകം കണക്കുകൂട്ടി. നല്ലൊരു തീസിസിനുള്ള വകയുണ്ട്. മനുഷ്യനും അതീന്ദ്രിയമായ അറിവുകളും.

ഒരാൾ അതിമാനുഷനാണെന്ന് മറ്റുള്ളവർ കാണുകയും അയാളതിനെ നിരാകരിക്കുകയും ചെയ്യുക. പതിവുകാഴ്ചയ്ക്ക് നേർ വിപരീതമാണത്. ഒന്നുകിൽ അതീവ തന്ത്രശാലിയായിരിക്കാം ജാതവേദൻ. താൻ അതിമാനുഷനാണെന്ന് അയാൾ പറയുന്നില്ല. അതേസമയം മറ്റുള്ളവരിൽ അവരറിയാതെ ആ ധാരണ ഉറപ്പിക്കുകയും ചെയ്യുന്നു. ചിലപ്പോൾ, അയാൾ ഇതൊന്നും അറിയുന്നേ ഉണ്ടാവില്ല.

ദേവു ബുദ്ധിയുള്ള കുട്ടിയാണ്. കാര്യങ്ങൾ അപഗ്രഥിച്ച് നെല്ലും പതിരും വേർതിരിച്ചെടുക്കാനുള്ള കഴിവ് അവൾക്കുണ്ട്. അതിശയോക്തിയുടെ നിറം കലർത്തി അവൾ പറയാനിടയില്ല. എങ്കിൽ എവിടെയാണ് യുക്തിയുടെ അതിർ വരമ്പ്?

മനസ്സ് അമൂർത്തമാണ്. മസ്തിഷ്കം കേന്ദ്രമാക്കി ദേഹമാസകലം വ്യാപരിക്കുന്ന നാഡീവ്യൂഹം. ആയിരം കോടിയിലധികം ന്യൂറോണുകളുടെ സഞ്ചയം. ഒന്നോർത്താൽ മനുഷ്യമസ്തിഷ്കം എത്ര അദ്ഭുതകരമാണ്? രണ്ട് അർദ്ധഗോളപകുതി[1]കളിൽ അരങ്ങേറുന്ന അദ്ഭുതം. ഓരോ

---

1. ഓരോ സ്നായുകോശവും (ന്യൂറോൺ) സ്നാപ്സ് എന്ന ബിന്ദുവിൽ ഇതര കോശവുമായി ആശയവിനിമയം നടത്തുന്നു. നാഡീകോശങ്ങളുടെ എണ്ണം ആയിരം കോടിയല്ല, മുപ്പതിനായിരം കോടിവരെയെന്ന് ഒരു പക്ഷം.

നാഡീകോശവും ഇതരകോശങ്ങളുമായി ആയിരക്കണക്കിന്[2] ആശയങ്ങൾ പങ്കുവയ്ക്കുന്നു. പഞ്ചേന്ദ്രിയങ്ങളുമായി സംവേദിക്കുന്നത് ഈ കോശങ്ങളാണ്. അറിയുന്നതും ചിന്തിക്കുന്നതും സ്വപ്നം കാണുന്നതുമെല്ലാം. അവയ്ക്കിടയിലെങ്ങാനും അപൂർവം ചിലരിൽ അതീന്ദ്രിയസംവേദം നടത്തുന്ന ന്യൂറോണുകളുടെ സഞ്ചയമുണ്ടോ?

ആറാമിന്ദ്രിയം?

ഏഴാമതൊരിന്ദ്രിയം?

ഇന്ദ്രിയാതീത വിചാരവിനിമയം സത്യമല്ലെന്ന് പറയാനാവുമോ? ഇന്ദ്രിയങ്ങളിലൂടെയല്ലാതെയും ഒരാൾക്ക് അറിവ് ലഭിച്ചൂടേ? അറിവിന്റെ കലവറയായ കോർട്ടെക്സിനുള്ളിൽ അതീന്ദ്രിയമായ അറിവുകൾക്കും ഇടമുണ്ടാവുമോ? എങ്കിൽ ഒരാളുടെ ബോധതലത്തിലെയോ അബോധതലത്തിലെയോ അറിവുകൾ മറ്റൊരാൾ ഗ്രഹിക്കുന്നതെങ്ങനെ? ഇന്ദ്രിയ സഹായമില്ലാതെ ഒരു മനസ്സിൽനിന്ന് മറ്റൊരു മനസ്സിലേക്ക് ആശയവിനിമയം സാധ്യമാകുന്നതെങ്ങനെ? പോയ ജന്മത്തിലെ ഓർമ്മകൾ ഈ ജന്മത്തിലെ അറിവിന്റെ കലവറകളിലെത്തുന്നതെങ്ങനെ?

മനുഷ്യന്റെ ഭൗതികമായ പരിമിതികൾക്കപ്പുറം ഇന്ദ്രിയങ്ങളുടെ വാതായനങ്ങൾ[3] തുറന്നുവയ്ക്കുന്നതെങ്ങനെ? നിശ്ചിതമായ പരിമിതികൾക്കപ്പുറത്തേക്കോ ഇപ്പുറത്തേക്കോ മനുഷ്യന്റെ ഇന്ദ്രിയങ്ങൾക്ക് കടക്കാനാവില്ലെന്നിരിക്കെ. കാഴ്ചയ്ക്ക് പരിമിതിയില്ലേ? കേൾവിക്ക് പരിമിതിയില്ലേ? സ്പർശത്തിനും മണത്തറിയാനുള്ള കഴിവിനും പരിമിതിയില്ലേ? രുചിഭേദങ്ങൾ അറിയുന്നതിൽ?

അതീന്ദ്രിയമായ സംവേദനത്തിലെന്നപോലെ മനുഷ്യന്റെ സ്വാഭാവിക പരിധിക്കപ്പുറത്തേക്കും ഇന്ദ്രിയങ്ങൾക്ക് കടന്നു ചെല്ലാനാവുമോ? എങ്കിൽ ആത്മാവുകൾ സഞ്ചരിക്കുന്നത് ഏത് തരംഗദൈർഘ്യത്തിലാവും? ഏത് ആവൃത്തിയിലാവും അവ സംവേദിക്കുക? എന്നെങ്കിലുമൊരിക്കൽ ഉത്തരം കണ്ടെത്തിയേക്കാവുന്ന കുറേ ചോദ്യങ്ങൾ. എവിടെയോ വായിച്ചതോർക്കുന്നു. മനുഷ്യൻ എന്ന് അവന്റെ മൃഗസഹജമായ വാസനകളെ രൂപാന്തരപ്പെടുത്തുകയും അമിതമായ യുക്തിപരതയെ കൈവെടിയുകയും ചെയ്യുന്നുവോ അന്നേ അവനിൽ അതീന്ദ്രിയമായ അറിവുകളിലേക്കുള്ള വാതിൽ തുറക്കൂ.

---

2. രണ്ട് അർദ്ധഗോള പകുതികളിലായി ഫ്രോണ്ടൽ ദളം, പരൈറ്റൽ ദളം, ടെംപൊറൽ ദളം, ഓക്സിപിറ്റൽ ദളം എന്നീ നാലു ദളങ്ങൾ. ടെംപൊറൽ ദളം കേൾവിയും വികാരങ്ങളുമായും ഓക്സിപിറ്റൽ ദളം കാഴ്ചയുമായും ബന്ധപ്പെട്ടിരിക്കുന്നു. പരൈറ്റൽ ദളം കാഴ്ചകൾക്ക് ത്രിമാനത്വം നല്കുന്നു. ഫ്രോണ്ടൽ ദളമാണ് ഏറെ നിഗൂഢം. ധർമ്മചിന്ത, ജ്ഞാനം, വിവേകം, ഇച്ഛ മുതലായവയുടെ സങ്കേതം.

3. ഓരോ നാഡീകോശവും ഇതര കോശങ്ങൾ ഓരോന്നുമായി ആയിരം മുതൽ പതിനായിരം വരെ ആശയവിനിമയം നടത്തുന്നു.

''മേം.'' ദേവു സുകന്യയെ ചിന്തയിൽ നിന്നുണർത്തി. ''ജാതമാമ വന്നതു മുതൽക്കുള്ള ആ പരിമളം? അതിന്റെ ഉറവിടം എവിടെയായിരിക്കും? എനിക്കുറപ്പുണ്ട്. അത് അഭൗമമമാണ്. മുല്ല പൂക്കാതിരിക്കെ, മുല്ലപ്പൂവിന്റെ ഗന്ധം. പാരിജാതമോ പനിനീർ ചെമ്പകമോ ആ പരിസരത്തെങ്ങും ഇല്ലാതിരിക്കെ, ആ പൂക്കളുടെ മണം.

''ദേവൂ, നീ പഠിച്ചിട്ടില്ലേ? മനസ്സിന് ഒരു ബോധതലവും അതിന്റെ നിയന്ത്രണത്തിനു വിധേയമല്ലാത്ത ഒട്ടേറെ അബോധതലങ്ങളുമുണ്ട്. ആ പരിമളം നിന്റെ മനസ്സിന്റെ അബോധതലങ്ങളിൽ നിന്നാവാം. ഫ്രോയ്ഡ് പറഞ്ഞിട്ടുണ്ട്'' സുകന്യ ചിരിച്ചു. ''മനുഷ്യമനസ്സിന്റെ അബോധതലത്തിൽ അവന് തിരിച്ചറിയാനാവാത്ത ചേതോവികാരങ്ങൾ നിറച്ച ഒരു കുട്ടകം തന്നെയിരിപ്പുണ്ടെന്ന്.''

''അതെന്റെ കാര്യത്തിൽ'', ദേവു വാദിച്ചു. ''ഒരേ സമയം മറ്റുള്ളോർക്കും അത് തോന്നീതോ?''

''കൂട്ടായ മതിഭ്രമം. കലക്ടീവ് ഹാല്യൂസിനേഷൻ'' സുകന്യ വിശദീകരിച്ചു. ''ഇല്ലാത്തത് കാണുക, കേൾക്കുക, അനുഭവിച്ചറിയുക. ഒരാളിൽ മാത്രമല്ല, ഒരേ സമയം ഒന്നിലധികം പേരിലുമുണ്ടാവാം. ഇതാണ് ധ്യാന കേന്ദ്രങ്ങളിൽ സംഭവിക്കുന്നത്. ഒരേ സമയം നിരവധിപ്പേരിലേക്ക് അത് പകർച്ചവ്യാധി കണക്കെ. നീ ലൂർദ്ദിലെ വിശുദ്ധ മേരിയുടെ വെളിപ്പെടലിനെക്കുറിച്ച് വായിച്ചിട്ടില്ലേ? ഒരു വർഷത്തിനിടയിൽ പതിനെട്ട് ഇടങ്ങളിൽ. പതിന്നാലുകാരി ബാർണാദത്തെയാണ് ആദ്യം കണ്ടത്. മസ്സാബിയെല്ലെയിലെ ഗുഹയിൽ. വിറക് ശേഖരിക്കാൻ പോയതായിരുന്നു അവൾ. മേരി അവളോട് കരുണ വഴിയുന്ന കണ്ണുകളോടെ സംസാരിച്ചുവത്രെ. വീട്ടിൽ വന്ന് അമ്മയോടാണവൾ പറഞ്ഞത്. ആ വാർത്ത പരന്നു. പിന്നീട് പതിനേഴിടങ്ങളിലായി നിരവധിപേർ പരിശുദ്ധമറിയത്തെ കണ്ടു.''

''മേം'', ദേവു വിവശതയോടെ പറഞ്ഞു. ''എനിക്കീ യുക്തി ഉൾക്കൊള്ളാനാവുന്നില്ല. ഞാൻ പറഞ്ഞല്ലോ, ജാതമാമ വന്നതു മുതൽക്കുള്ള ഓരോന്നും. യുക്തിക്കൊണ്ട് ഉത്തരം കണ്ടെത്താൻ ശ്രമിച്ചുനോക്കി, കഴിയുന്നില്ല. യുക്തിക്കും മീതെ എന്തൊക്കെയോ. ഇന്നത്തെ കാര്യമെടുക്കാം. മറ്റൊരാൾക്കായിരുന്നു, ഈ അനുഭവമെങ്കിൽ നിദ്രാടനമെന്നു പറഞ്ഞേനെ ഞാനും. മാം, അയാം ഷുവർ, അത് നിദ്രാടനമായിരുന്നില്ല. ജാതമാമ എന്നെ വിളിച്ചുണർത്തിയതും കാവിലേക്ക് കൂട്ടിക്കൊണ്ടുപോയതും സത്യമാണ്. അഥവാ നിദ്രാടനമെന്നിരിക്കട്ടെ. അമ്മ പുറത്തു നിന്നു തഴുതിട്ട ആ വാതിൽ തുറന്ന് ഞാൻ പുറത്തു വന്നതെങ്ങനെ? ഇവിടേക്കു പോരുംവഴി, മുറ്റത്തെ മുല്ലത്തടത്തിനരികീന്ന് കാവിലേക്കുള്ള വഴീലെ ചൊരിമണലിൽ ഞാൻ ചുവടുനോക്കി. മണലിൽ പതിഞ്ഞ എന്റെ ചുവടിനൊപ്പം അസാമാന്യം നീളമുള്ള അവ്യക്തമായ മറ്റൊരു ചുവടും കുറച്ചു ദൂരം ഒപ്പുമുണ്ടായിരുന്നു. പിന്നെ അത് മാഞ്ഞുപോയിരുന്നു. കാവിലേക്ക് വീണ്ടും തനിച്ചുപോവാൻ എനിക്ക് ധൈര്യം വന്നില്ല-''

"ദേവൂ, നീ പറഞ്ഞുവരുന്നത്?" സുകന്യ അവളെ നോക്കി.

"ജാതമാമ ഒന്നല്ല, രണ്ടാണ്." ദേവു സുകന്യയുടെ മിഴികളിലേക്കുറ്റു നോക്കി. "ഒന്ന് ഭൗതികം. മറ്റൊന്ന് മായികം. ഏത് ഭൗതികം, ഏത് മായികം എന്നു തിരിച്ചറിയാനാവാത്ത വിധം. എന്നെ കാവിലേക്ക് കൂട്ടിക്കൊണ്ടു പോയ അതേ നേരത്ത്, വാര്യത്ത് ജാതമാമ ഉണ്ടായിരുന്നതായി തോന്ന ണമെങ്കിൽ ഒന്നുകിലത് കൺകെട്ടോ ജാലവിദ്യയോ ആവണം. അഥവാ നമുക്കാർക്കും തിരിച്ചറിയാനാവാത്ത മറ്റെന്തോ..."[4]

സുകന്യ ആലോചിക്കുകയായിരുന്നു. യുക്തിക്കു നിർവചിക്കാനാവാത്ത ഇനിയും എത്രയോ കാര്യങ്ങൾ? മനസ്സിന്റെ കഴിവുകളിൽ രൂപപ്പെടാത്ത ഒരു ജ്ഞാനവും സാധ്യമല്ലെന്ന് ആരോ പറഞ്ഞിട്ടുണ്ട്. ഇമ്മാനുവൽ കാന്റ് ആണെന്നാണ് ഓർമ്മ. ജർമ്മൻ ദാർശനികൻ. മനസ്സിന്റെ കഴിവുകൾ അപരിമേയങ്ങളാണോ?

ഏഴാമിന്ദ്രിയം?

അതിനുമപ്പുറം?

"ദേവൂ", സുകന്യ വിളിച്ചു. "എന്തായാലും നിന്റെ ജാതമാമയെ എനിക്കൊന്നു കാണണം. സൂക്ഷ്മമായൊന്നു നിരീക്ഷിക്കണം, അറിയാതെ. കുറച്ചുനാൾ നിന്റെ വീട്ടിൽ തങ്ങാൻ കഴിഞ്ഞിരുന്നെങ്കിൽ–"

"ആവാല്ലോ"ദേവു ഉത്സാഹിച്ചു. "എപ്പോ വേണമെങ്കിലും..."

"അതല്ല, നിന്റെ ജാതമാമയറിയരുത്, എന്റെ വരവിന്റെ ഉദ്ദേശ്യം. ആദ്യം നീയതിനൊരു വഴിയുണ്ടാക്ക്. നീയും ഞാനുമല്ലാതെ തല്ക്കാലം മറ്റാരുമിത്..."

"മാം", ദേവു ചോദിച്ചു. "ഇന്നുതന്നെ വന്നാലോ?"

സുകന്യ മറുപടി പറഞ്ഞില്ല. അവൾ മനസ്സിൽ പറയുകയായിരുന്നു. ജാതവേദാ, ഞാനിതാ വരുന്നു. പിടികിട്ടാപ്പുള്ളിയെപ്പോലെ വഴുതിമാറുന്ന മനസ്സിനെ കൈപ്പിടിയിലൊതുക്കാൻ.

---

4. *മനുഷ്യന്റെ പഞ്ചേന്ദ്രിയങ്ങൾക്ക് പരിമിതിയുണ്ട്. കാഴ്ചയുടെ പരിധി 4000 ആങ്സ്ട്രോമിനും 8000 ആങ്സ്ട്രോമിനും മധ്യേയാണ്. ഈ തരംഗ ദൈർഘ്യമുള്ള പ്രകാശരശ്മികളെ മാത്രമേ മനുഷ്യന്റെ കണ്ണിനു കാണാനാവൂ. തരംഗദൈർഘ്യം കൂടിയ ഇൻഫ്രാറെഡ്, ആൽഫ, ബീറ്റ, ഗാമ രശ്മികളോ തരംഗദൈർഘ്യം കുറഞ്ഞ അൾട്രാ വയലറ്റ്, മൈക്രോവേവ്, റേഡിയോവേവ് കിരണങ്ങളോ കാണാനുള്ള കഴിവ് മനുഷ്യനേത്രങ്ങൾക്കില്ല. കേൾവിയുടെ കാര്യവുമതെ. 20 ഹെർട്സിൽ കുറഞ്ഞതും (ഇൻഫ്രാസോണിക്) 20000 ഹെർട്സിൽ കൂടിയതുമായ (അൾട്രാസോണിക്) ആവൃത്തിയിലുള്ള ശബ്ദങ്ങൾ മനുഷ്യന് കേൾക്കാനാവില്ല.*

പത്ത്

തടാകത്തിനരികെ പൊട്ടിപ്പൊളിഞ്ഞ ചെങ്കൽത്തറ. താഴെ പടവിലാണ് ജാതവേദൻ. റഷീദ് മൂന്നാലു പടവുകൾ മുകളിലും. വന്നപാടേ ജീപ്പിൽ കരുതിവെച്ചിരുന്ന മദ്യവും പൊരിച്ച പോത്തിറച്ചിയും നിരത്തി അയാൾ സേവ തുടങ്ങിയിരുന്നു. മദ്യത്തോടുള്ള അയാളുടെ ആസക്തി ജാതവേദൻ കൗതുകത്തോടെ നോക്കി. മോക്ഷത്തിനെന്തെല്ലാം ഉപായങ്ങൾ! അയാളോർത്തു. കോൺസ്റ്റബിൾ റഷീദ് മോക്ഷത്തെ പ്രാപിക്കുകയാണ്. മദ്യത്തിലൂടെ, പൊരിച്ച പോത്തിറച്ചിയിലൂടെ. മുന്നിലിരുന്ന ഗ്ലാസ്സിലേക്ക് വീണ്ടും മദ്യം പകരുന്നതിനിടെ മുഖമുയർത്തി. "ങാ, ഇനി പറ." പുറംകൈ ചുണ്ടിലുരുമ്മി അയാൾ ചീറി തുടച്ചു. "നീ എവിടന്നാ വരുന്നേ? എന്താ നിന്റെ വരവിന്റെ ഉദ്ദേശ്യം? എന്താ ഇനി നിന്റെ പരിപാടി?"

ചോദ്യങ്ങൾ മൂന്നാണ്.

എവിടെനിന്നു വരുന്നു?

എന്താണ് ഉദ്ദേശ്യം?

ഇനിയെന്ത്? മൂന്നു കാലങ്ങളിലേക്കാണതിന്റെ മുന നീളുന്നത്.

ഭൂതം, വർത്തമാനം, ഭാവി... ജാതവേദൻ അതോർത്ത് ചിരിച്ചു.

"നിന്റെ ചിരി കാണാനല്ല," അയാൾ ഒച്ചവെച്ചു. "ചോദിച്ചതിനുത്തരം പറ."

"മൂന്നു ചോദ്യങ്ങളാണ്."

ജാതവേദൻ പിന്നെയും ചിരിച്ചു. "ഒന്നാമത്തെ ചോദ്യം. ഞാനെവിടെനിന്നു വരുന്നു എന്നല്ലേ? ഉത്തരമിതാണ്.

[1]ഞാൻ അന്നത്തിൽനിന്നു വരുന്നു. ബ്രഹ്മത്തിൽനിന്ന് ആകാശം. ആകാശത്തിൽനിന്ന് വായു. വായുവിൽ നിന്ന് അഗ്നി. അഗ്നിയിൽ നിന്ന് ജലം. ജലത്തിൽ നിന്ന് ഭൂമി. ഭൂമിയിൽ നിന്ന് സസ്യങ്ങളും ധാന്യങ്ങളും.

---

1. *തൈത്തിരീയോപനിഷത്ത് (ബ്രഹ്മാനന്ദവല്ലി)*

ധാന്യത്തിൽ നിന്ന് അന്നം. അന്നത്തിൽ നിന്ന് പുരുഷൻ... ഇതാണ് എനിക്കറിയാവുന്ന പ്രമാണം.

ഇനി ചോദ്യം രണ്ട്.

എന്റെ വരവിന്റെ ഉദ്ദേശ്യം?''

''ഒന്നേയുള്ളൂ ഉദ്ദേശ്യം. ബ്രഹ്മത്തെ അറിയുക. [2]ബ്രഹ്മം ആനന്ദമാണ്. ആനന്ദത്തിലാണ് പിറവി. ആനന്ദമാണ് ജീവിതം. ആനന്ദത്തിലേക്കു തന്നെ മടക്കവും...''

അയാൾ ജാതവേദനിൽനിന്ന് കണ്ണെടുക്കാതെ പോത്തിറച്ചി അണയിലിട്ടു ചവച്ചു. ഗ്ലാസ്സിൽ ശേഷിച്ച മദ്യം ചുണ്ടോടടുപ്പിച്ചു.

''ഇനി ചോദ്യം മൂന്ന്.'' ജാതവേദൻ സൗമ്യമായി പറഞ്ഞു.

''ഇനിയെന്ത്? അതിനുത്തരമിതാണ്.''

അയാൾ ഒരു നിമിഷം കണ്ണുകളടച്ച് മെല്ലെ ഉരുവിട്ടു.

''പ്രണവോ ധനുഃ ശരോ ഹ്യാത്മാ''[3]

ബ്രഹ്മ തൽലക്ഷ്യമുച്യതേ...

പ്രണവമാകുന്ന വില്ലിൽ ജീവാത്മാവാകുന്ന ശരം തൊടുത്ത് ലക്ഷ്യത്തെ ഭേദിക്കുക. ലക്ഷ്യം ബ്രഹ്മമാണ്. [4]ബ്രഹ്മം ആകാശമല്ല, വായുവല്ല, അഗ്നിയല്ല, ജലമല്ല, ഭൂമിയല്ല, കാര്യവസ്തുവല്ല, ദേവഗണങ്ങളല്ല. അയാൾ ധ്യാനലീനനായി ''എങ്ങും നിറഞ്ഞു നില്ക്കുന്ന ആത്മാവ്, അതാണ് ബ്രഹ്മം.''

റഷീദ് വീണ്ടും ഗ്ലാസ്സ് നിറച്ചു. അയാളുടെ കൈകാലുകളിലേക്ക് രക്തമിരച്ചുകയറി. 'ഫ! കള്ള റാസ്ക്കലേ' എന്നു വിളിച്ച് ഇരുന്നയിരിപ്പിൽ കാലു വീശി തൊഴിക്കാനാണ് തോന്നിയത്. പിന്നെയോർത്തു. അതല്ല ബുദ്ധി. വാസവൻ എസ്.ഐ. വിശ്വസിച്ച് ഒരു കാര്യം ഏല്പിച്ചതാണ്. അവന്റെ മനസ്സിലിരിപ്പ് ചികഞ്ഞെടുക്കണം. പഠിച്ച കള്ളനാണ്. സ്വബോധത്തിൽ അവനൊന്നും വിട്ടുപറയത്തില്ല. അയാൾ മദ്യം നിറച്ച ഗ്ലാസ്സുമായി താഴേക്കൂർന്നിറങ്ങി. ഇതേൽ രണ്ടെണ്ണം പിടിപ്പിച്ചാൽ അവൻ തത്തേ പറയും പോലെ പറയും. അവനെക്കൊണ്ട് എങ്ങനേം പറേപ്പിക്കണം, നയത്തിൽ.

''ആഹ്... കൊടുകൈ. അസ്സലായി.'' അയാൾ മുന്നോട്ടാഞ്ഞ് ജാതവേദന്റെ കൈയിൽ പിടിച്ചു. ''ബ്രഹ്മം... ആകാശം... ഭൂതഗണം... കുടിക്കാശാനേ, നമുക്കാഘോഷിച്ചുകളയാം.''

---

2. *തൈത്തിരീയോപനിഷത്ത് (ഭൃഗുവല്ലി)*

3. *മുണ്ഡകോപനിഷത്ത്*

4. *ശിവസംഹിത*

മദ്യത്തിന്റെ ചൂരും പോത്തിറച്ചിയുടെ നാറ്റവും. ജാതവേദൻ ഒഴിഞ്ഞു മാറി.

"അങ്ങനേങ്ങ് ഒഴിഞ്ഞുപോവാതെ ചങ്ങാതീ." റഷീദ് അയാളുടെ തോളിൽ കടന്നുപിടിച്ചു.

"ഒന്നുവില്ലേലും നമ്മളൊരുമിച്ച് വന്നോരല്ലേ? ദാ, ഇതൊരണ്ണം പിടിപ്പിക്ക്, ചുമ്മാ ഒരു കമ്പനിക്ക്..."

അയാൾ ബലം പ്രയോഗിച്ച് മദ്യം ജാതവേദന്റെ ചുണ്ടോടടുപ്പിച്ചു.

"അരുത്", ജാതവേദൻ തടഞ്ഞു.

"ഹാ, ഇനീപ്പം പെണ്ണുംകെട്ടി ഇന്നാട്ടീ കൂടേണ്ടതല്ലേ. ജീവിതം ആനന്ദിക്കാൻ പോവ്വല്ലേ." റഷീദ് ജാതവേദന്റെ കീഴ്ത്താടിയിൽ പിടിമുറുക്കി. കവിളുകളിൽ കരുത്താർന്ന വിരലുകൾ കുത്തിയിറക്കി. "കുടിക്കെടാ പുല്ലേ."

"വേണ്ടാ" ജാതവേദൻ കുതറി മാറി.

റഷീദിനരിശം വന്നു. അയാൾ വീണ്ടും മുന്നോട്ടാഞ്ഞു. "ഫാ! നീ കുടിക്കുകേലല്ലേടാ, കള്ളസന്ന്യാസി" അയാൾ കൈവീശി ആഞ്ഞടിച്ചു.

ഓർക്കാപ്പുറത്ത് ചെകിടത്ത് ഏറ്റ അടിയിൽ ജാതവേദൻ വീണു പോയി. കണ്ണുകളിൽ ഇരുട്ടു പരന്നു. ജുബ്ബയുടെ കഴുത്തിൽ കുത്തിപ്പിടിച്ച് അയാൾ എണീപ്പിച്ചു. കൈയിലിരുന്ന ഗ്ലാസ്സ് മുഖത്തിന് നേർക്കുയർത്തി. വീണ്ടും ഒഴിഞ്ഞുമാറിയതും അയാൾ ആഞ്ഞുവീശി.

"വേണ്ടാ." ജാതവേദൻ അയാളുടെ കൈത്തണ്ടയിൽ പിടിച്ചു. അയാൾക്ക് ഭ്രാന്തുകയറി. "എന്നെ തടയാൻ മാത്രം വളർന്നോടാ, നായേ, നീ?" അയാൾ ചാടി വീണു.

രണ്ടാളും പുല്ലിൽ കിടന്നുരുണ്ടു. കഴുത്തിലും മുതുകിലും കനത്ത അടി വന്നുവീഴുന്നുണ്ട്. പൊടുന്നനെ തന്റെ കരുത്ത് ഇരട്ടിക്കുന്നതായി അയാൾക്ക് തോന്നി. വീണ്ടും അടിക്കാനോങ്ങിയ റഷീദിന്റെ വലംകൈ അയാൾ കൈക്കുള്ളിലാക്കി. ഇടംകൈ പിന്നിലേക്ക് വളച്ചു. റഷീദ് കാൽമുട്ട് നിലത്തൂന്നി കുതിക്കാൻ ശ്രമിച്ചു. ആ തക്കത്തിന് മുട്ടുമടക്കി. അയാളുടെ അടിവയറ്റിൽ... റഷീദ് ഞരക്കത്തോടെ പിടഞ്ഞെണീറ്റു. മുരട്ടുകാളയെപ്പോലെ നിലയുറപ്പിച്ചുകൊണ്ട്, ഉന്നം നോക്കി നിന്നു. പിന്നെ അലർച്ചയോടെ ജാതവേദന് നേർക്ക് കൂപ്പുകുത്തി. രണ്ടാളും കെട്ടിമറിഞ്ഞു, എണീറ്റു. പിന്നെയുമടുത്തു. ഓരോ അടിയും ജാതവേദനെ ഹരംപിടിപ്പിച്ചു. ഇരുട്ട് മാത്രം. ഇരുട്ടിൽ ഏറ്റുമുട്ടുന്ന രണ്ടു രൂപങ്ങൾ. പേടിച്ചരണ്ട പക്ഷികളുടെ കലപില. റഷീദ് മുന്നോട്ട് കുതിച്ച് നെഞ്ചിനു നേർക്ക് കാലുയർത്തി. ജാതവേദൻ അയാളുടെ ഉയർത്തിയ കാൽക്കുഴയിൽ ചുറ്റിപ്പിടിച്ചു. നിലംപതിച്ച

റഷീദിനെ അതേ കിടപ്പിൽ വട്ടം ചുഴറ്റി. അയാളുടെ മേൽ വീണു. മുട്ടുകാൽ നാഭിയിലേക്ക് കുത്തിയിറങ്ങി. റഷീദ് അലറി. അയാളുടെ പിടി അയഞ്ഞു. കൈകാലുകൾ കുഴഞ്ഞു.

മതി. ജാതവേദന് അയാളോട് തെല്ലും പക തോന്നിയില്ല. പിടിവിട്ടു. കാൽച്ചോട്ടിൽ വീണുകിടക്കുന്നവനോട് പകയരുത്. റഷീദ് ഇപ്പോൾ കാൽച്ചോട്ടിലാണ്. ജാതദേവൻ കുനിഞ്ഞ് അയാളെ താങ്ങിയെടുത്ത് ജീപ്പിന്റെ മുൻസീറ്റിലിരുത്തി. കുപ്പിയിൽ അവശേഷിച്ച മദ്യമെടുത്ത് അയാളുടെ മുഖത്തും കണ്ണിലും തളിച്ചു. അയാൾ കണ്ണുതിരുമ്മി ജാതവേദനെ തറപ്പിച്ചു നോക്കി. സ്റ്റിയറിങ്ങിനടുത്തേക്ക് ഇഴഞ്ഞുനീങ്ങി.

"പോ." ജാതവേദൻ പറഞ്ഞു. "എന്നെ കരുതണ്ട. പോ."

"നായേ" അയാൾ ചീറി. "റഷീദിനെ അടിയറ പറയിച്ചെന്ന് നീ കർതിയോടാ റാസ്ക്കൽ?"

അയാൾ ജീപ്പ് പിന്നോട്ടെടുത്തു. അടുത്ത ക്ഷണം അത് ജാതവേദനു നേർക്ക് കുതിച്ചു.

ജാതവേദൻ പെട്ടെന്ന് മേലേക്ക് കുതിച്ചു.

ഒരു വശം തടാകമാണ്. മറുവശത്ത് അഗാധമായ കൊക്ക. മുന്നിൽ ഇടുങ്ങിയ കാട്ടുപാത. റഷീദ് ജീപ്പ് വീണ്ടും പിന്നിലേക്കെടുത്തു. മുന്നിലേക്ക് കുതിക്കാനുള്ള പുറപ്പാടിൽ. ജാതവേദൻ ഇരുവശവും നോക്കി. ഒഴിഞ്ഞുമാറാൻ പോലും ഇടമില്ല.

"സാഹസം കാട്ടണ്ടാ" അയാൾ വിളിച്ചുപറഞ്ഞു. "താഴെ കൊക്കയാണ്."

റഷീദ് അതിനകം അലറിവിളിച്ച് ജാതവേദനു നേർക്ക് കുതിച്ചിരുന്നു. ആരോ താങ്ങിയെടുത്തതുപോലെ ജാതവേദൻ മേലേക്കുയർന്നു.

ആർത്തിരമ്പി ജീപ്പ് കൊക്കയിലേക്ക്...

റഷീദിന്റെ അലർച്ച. ജീപ്പ് തകിടം മറിയുന്ന ഒച്ച.

പപ്പേച്ചി ഏതോ ദുഃസ്വപ്നത്തിന്റെ കയങ്ങളിൽനിന്നു ഞെട്ടിയുണർന്നു.

"ജാതൻ, എന്റെ ജാതൻ! അപ്പൂപ്പൻ താടിപോലെ അവൻ ആകാശത്തേക്കുയർന്നല്ലോ? ആവൂ! രക്ഷപ്പെട്ടു!"

പപ്പേച്ചി ആശ്വാസത്തോടെ കിടന്നു. തെക്കിനിയിൽ വിഭ്രാമകമായൊരു കിനാവിന്റെ നീരൊഴുക്കിലായിരുന്നു ദേവു.

"ഒരു പുഴ" അവൾ ഉറക്കത്തിൽ മന്ത്രിച്ചു. "പുഴക്കരേല് നിലാവിൽ ജാതമാമ തനിച്ചങ്ങനെ..."

അവൾ ആ സ്വപ്നത്തിലൂടെ സഞ്ചരിച്ചു.

പതിനൊന്ന്

പ്രണയത്തിന്റെ ഗന്ധമാണെങ്ങും. പ്രണയത്തിനേത് പൂവിന്റെ ഗന്ധമാണ്? പാരിജാതത്തിന്റെ, ചെമ്പനിനീർപ്പൂവിന്റെ, കല്യാണസൗഗന്ധികത്തിന്റെ, അതോ ഭൂമിയിൽനിന്ന് വേറിട്ട വേറെ ഏതൊക്കെയോ പൂക്കളുടെ ഗന്ധമോ? അഭൗമമായ ഏതോ ഗന്ധം തന്നെ വലയം ചെയ്യുന്നതായി ജാതവേദന് തോന്നി. ഒന്നും ഓർമ്മയില്ല. കഴുവേറ്റുകുന്നിന്റെ ഉച്ചിയിലെത്തിയതും റഷീദുമായുണ്ടായ മൽപ്പിടത്തവും ജീപ്പ് നാലഞ്ച് കരണം മറിഞ്ഞ് കിഴുക്കാംതൂക്കായ കൊക്കയിലേക്ക് മറിഞ്ഞതും... ഏതോ കാട്ടാറിന്റെ കരയിലാണിപ്പോൾ. നിലാവിൽ പുഴയുടെ നീലിമ ലയിച്ചു ചേരുന്നത് നോക്കിയിരുന്നു. നീർക്കാക്കകൾ പുഴയ്ക്ക് കുറുകെ ചിറകടിക്കുന്നു. പുഴ മൂളുന്നതും പ്രണയത്തിന്റെ രാഗമാണോ?

നിലാവ് പുഴയോരത്തെ മരങ്ങളുടെ ഉച്ചിയിൽ പെയ്തിറങ്ങുന്നു.

പരിചിതമായ ഏതോ സങ്കേതത്തിലേക്കുള്ള നടവഴിയിലാണ് താൻ.

ഈ പുഴ.

ഈ പ്രണയനിലാവ്. നിലാവ് പൂപ്പൊലിയിട്ട കാട്ടുചോലകളുടെ മേലാപ്പ്. എല്ലാം എന്നോ ഓർമ്മയുടെ ഏതോ പാളിയിൽനിന്ന് തെന്നിയകന്നതുപോലെ.

പുഴ കടക്കാൻ പണ്ടിവിടെയൊരു തോണിയുണ്ടായിരുന്നില്ലേ? അയാൾ ഓർത്തു. പിത്തളക്കുമിളകളും വെള്ളോട്ടു വളയങ്ങളും അലുക്കുകളായി എണ്ണക്കറുപ്പ് നിറമാർന്ന അരയന്നത്തോണി? അയാൾ പുഴയിലേക്ക് കാൽ നീട്ടിയിരുന്നു.

വെള്ളത്തിന് നല്ല തണുപ്പുണ്ട്.

വിരലുകളിൽ ചെറുമീനുകൾ ചുംബിക്കുന്നു.

നിലാവ് ലോലമായൊരു മേഘപാളിയിലേക്ക് മറയുന്നു.

കാറ്റിൽ ഏതോ പൂവിന്റെ ഗന്ധം.

അരികെ ആളനക്കം.

ആരോ നനുനനുത്ത തൂവലാൽ മേലാകെ തഴുകുന്നതുപോലെ. എവിടെനിന്നോ ഒരു മൃദുസ്വരം.

''ഈ രാത്രി ഇവിടെ തനിച്ചിങ്ങനെ ഇരിക്കാനാ ഭാവം?''

അരികിലെവിടെയോ കൈവളകൾ കിലുങ്ങി. അയാൾ അമ്പരപ്പോടെ നോക്കി.

ആരെയും കാണാനില്ല.

നിലാവ് മേഘത്തിന്റെ മറവിലാണ്.

''ആരാണ്?'' അയാൾ ചുറ്റും തിരഞ്ഞു.

'ദാ, ഇങ്ങോട്ട് നോക്ക്യേ.'' വളകൾ പിന്നെയും കിലുങ്ങി. അയാൾ പുഴയിലേക്കിറങ്ങി നിന്നു. നിലാവ് വീണ്ടും തെളിഞ്ഞു. അരികെ ഒരു എണ്ണക്കറുപ്പ് തോണി.

തോണിയുടെ പടവിലാണവൾ.

നിലാവിൽ അവളുടെ നീൾമിഴികൾ തിളക്കമാർന്നു.

ചെറുകാറ്റിൽ അളകങ്ങൾ പാറി.

തോണിപ്പടിയിൽ ഇരുന്ന് തുഴ കൊണ്ട് അവൾ വെള്ളം തെറ്റിച്ചു. അഴിച്ചിട്ട പനങ്കുല മുടി ഉലഞ്ഞു.

''നീ ആര്?''

അയാൾ ചോദിച്ചു.

അതിന് മറുപടിയെന്നോണം അവൾ വശ്യമായി ചിരിച്ചു.

''വരൂ... തോണിയിൽ കേറൂ. വേലിയേറ്റത്തിനുമുമ്പ് നമുക്ക് പുഴ കടക്കണ്ടേ?''

''വേലിയേറ്റമോ?''

അയാൾ ആകാശത്തേക്ക് നോക്കി. നിലാവ് ഭൂമിയിലേക്കിറങ്ങി വരുന്നോ? അവൾ തോണി കരയിലേക്കടുപ്പിച്ചു. അയാളറിയാതെ കാലുകൾ തോണിയിലേക്ക് നടന്നടുത്തു. അവൾക്കെതിരെ തോണിപ്പടവിലിരുന്നതും അവൾ തുഴ വെള്ളത്തിലേക്ക് തെറ്റിച്ചു.

''എവിടേക്കാണ്?'' അയാൾ ചോദിച്ചു. ''നീ ആരെന്നും പറഞ്ഞില്ല.''

അവൾ പിന്നെയും നോക്കി ചിരിച്ചു. നനുത്ത മേഘപടലങ്ങൾ വലയം ചെയ്തിരുന്ന ഉടയാടകൾ ഉലഞ്ഞു.

''സങ്കേതത്തിലേക്ക്.'' അവൾ പറഞ്ഞു.

''സങ്കേതമോ?'' അയാൾ ആശ്ചര്യപ്പെട്ടു.

''എല്ലാം മറന്നോ'' അവൾ ചിരിച്ചു. ''അന്ന് കാവിലെ കുളത്തിൽവെച്ച് ചോദിച്ചത്?''

“ദാ, അവിടെയാണ്.” അവൾ പുഴയുടെ അക്കരയിലേക്ക് തുഴ ചൂണ്ടി.

“എത്ര നേരായി കാത്തിരിക്കുന്നൂന്നോ?”

“ആര്?” അയാൾ ആകാംക്ഷയോടെ ചോദിച്ചു.

“കഷ്ടം.” അവൾ സഹതപിച്ചു. “മറന്നു അല്ലേ?”

“എനിക്കൊന്നും മനസ്സിലാവണില്ല.” അയാൾക്ക് ക്ഷമ കെട്ടു.

“ദാ, എന്റെ കണ്ണുകളിലേക്ക് നോക്ക്യേ.” അവൾ മുന്നോട്ടാഞ്ഞിരുന്നു. “ഓർക്കണില്ലേ ഒന്നും?”

അയാൾ അവളുടെ കണ്ണുകളിലേക്കുറ്റുനോക്കി. നിലാവ് പതഞ്ഞൊഴുകുന്ന ആകാശം അവളുടെ മിഴികളിൽ. അതിനപ്പുറം ഇരുട്ടായിരുന്നു. മേഘപടലങ്ങൾക്കിടയിലൂടെ അപ്പൂപ്പൻതാടി കണക്കെ എന്നോ ഒരിക്കൽ ഭൂമിയിലേക്ക് വന്നു പതിച്ചതോർമ്മയിൽ തെളിഞ്ഞു. ഒരു ഗർഭാശയഭിത്തിക്കുള്ളിലെ ഇരുട്ടിലേക്ക്. മേലാകെ ആരോ കുളിരിന്റെ മേൽമുണ്ട് പുതപ്പിച്ചപ്പോഴാണറിഞ്ഞത്. മേലുടുപ്പില്ല. തനിക്കെന്താണ് പിണഞ്ഞത്? ഇവളാര്?

“ഞാനങ്ങനെ ഇവിടെയെത്തി? ” അയാൾ ചോദിച്ചു. “നീയാരാണ്?”

“പറയാം” അവൾ തുഴ നേരെയാക്കി. എതിർദിശയിലേക്ക് തുഴയുന്നതിനിടയിൽ പറഞ്ഞു. “യക്ഷന്മാരുടേയും കിന്നരന്മാരുടേയും ലോകത്തുനിന്ന്.”

“യക്ഷന്മാരുടേയും കിന്നരന്മാരുടേയും ലോകം?”

“അതെ.” അവൾ ചുണ്ടിലെ പുഞ്ചിരി മായ്ച്ചില്ല. “ഈ കാണുന്നതു മാത്രമല്ല ലോകം. ഭൂമിക്കപ്പുറം വേറെയും അദൃശ്യലോകങ്ങളുണ്ട്.”

“ഗന്ധർവ്വലോകം?” അയാൾ ഓർക്കാൻ ശ്രമിച്ചു.

“ങും.” അവൾ മൂളി. “എല്ലാം ഒന്നുതന്നെ. ചിലർ ഭൂമിയിൽ വന്നു പിറക്കും, മനുഷ്യജന്മത്തിൽ. ഗായകരായും ചിത്രമെഴുത്തുകാരായും നർത്തകരായും. ഒരു ജന്മംകൊണ്ട് ആർജ്ജിക്കാവുന്ന പ്രതിഭകളാവില്ല ഭൂമിയിൽ അവർ കാഴ്ചവെയ്ക്കുക. ചിലരാകട്ടെ, എല്ലാ പ്രതിഭകളും ഒളിപ്പിച്ചുവെച്ച് ശപിക്കപ്പെട്ടവരെപ്പോലെ ഭൂമിയിൽ അലയും. ജാതവേദൻ അവരിലൊരാളാണ്.”

തോണി കരയിലെത്തിയിരുന്നു. അവൾ തുഴ മെല്ലെയാക്കി തോണി കരയ്ക്കടുപ്പിച്ചു. “എന്റെ ദൗത്യം ദാ, ഇവിടെ തീരുന്നു.” അവൾ പറഞ്ഞു. “യക്ഷലോകത്തുനിന്നും ഒരു കാണാച്ചരട് ജാതവേദനെ തേടി ഭൂമിയിലെത്തിയിരിക്കുന്നു. അതാ, ആ സങ്കേതത്തിൽ അവൾ കാത്തിരിപ്പുണ്ട്.”

തോണിപ്പടവിൽനിന്ന് കരയിലേക്ക് വലതുകാലൂന്നി, അവൾ ആരോടെന്നില്ലാതെ പറഞ്ഞു. ‘ആർക്കറിയാം, നാളെ ഭൂമിയിൽ അവൾ വന്നു

പിറക്കില്ലെന്ന്. മനുഷ്യജന്മം പൂണ്ട ജാതവേദനെ ഒരു ജന്മം മുഴുവൻ കാത്തിരുന്ന കുറ്റത്തിന്. പിന്നീടെങ്ങനെ ജാതവേദനെ അവൾ തിരിച്ചറിയും? അതിന് മുമ്പേ.''

''അതിനുമുമ്പേ...?''

അയാൾ ആകാംക്ഷയോടെ നോക്കി.

''അതിനുമുമ്പേ എല്ലാ വിലക്കുകളും ലംഘിച്ച് മനുഷ്യജന്മം പൂണ്ട ജാതവേദനുമായി...'' പെട്ടെന്നവളുടെ വാക്കുകൾ മുറിഞ്ഞു. ''ഇല്ല. ഒന്നും ഞാനായി പറഞ്ഞു കേൾക്കണ്ട.''

ജാതവേദൻ തിടുക്കത്തിൽ കരയിലിറങ്ങി. ''എവിടേക്കാണിനി?''

''മുന്നോട്ടു പോവുക.'' അവൾ പറഞ്ഞു. ''ഇനിയൊരു കാട്ടുപാതയാണ്. ഇടംവലം നോക്കാതെ നടക്കുക. ചെന്നെത്തുന്നത് അതിപ്രാചീനമായ ആ സങ്കേതത്തിന്റെ പൂമുഖത്ത്. വലതുഭാഗത്ത് കോണിപ്പടി. അതുവഴി മുകളിലെത്താം. ശരറാന്തലുകൾ തൂക്കിയിട്ട ഇടനാഴിയിലൂടെ പോവുക. നേരെ കാണുന്ന വിശാലമായ അറയുടെ വാതിലുകൾ അടഞ്ഞു കിടക്കുകയാവും. തുറന്ന് അകത്തു കടന്ന് വാതിൽ ചാരിയിട്ടേക്കുക. അകത്ത് പാനീസ് വിളക്കുകൾ കത്തുന്നുണ്ടാവും. കാത്തിരിക്കുക. അവൾ വരും.''

മുന്നോട്ടു നടന്നതും അവൾ പിന്നിൽനിന്ന് വിളിച്ചു. ''ഓ, പറയാൻ വിട്ടുപോയി. അവിടെ പലരേയും കണ്ടെന്നുവരാം. ആരോടും ഒന്നും ചോദിക്കരുത്. ഒന്നും അവർ അറിയണൊണ്ടാവില്ല. വേറേതോ കാലത്തിലാണവർ.''

ജാതവേദന് ആശ്ചര്യം തോന്നി. എതിർദിശയിലേക്ക് നോക്കിയിരുന്നാണ് അവൾ അത് പറഞ്ഞത്. അയാൾക്ക് മുഖം കൊടുക്കാതെ. തോണി അതിനകം അക്കരയ്ക്ക് നീങ്ങിയിരുന്നു. അയാൾ നടന്നു. നിലാവിൽ, കരിയിലകൾ വീണടിഞ്ഞ കാട്ടുപാത തെളിഞ്ഞു. ഇരുപാടും കാടിന്റെ വന്യത. പക്ഷികൾ ചിറകടിച്ച് ഒച്ചയുണ്ടാക്കുന്നു. ചീവീടുകളുടെ ചിലപ്പിന് ആവേഗം കൂടി. ആരോ പിന്നാലെ ഒപ്പം നടന്നു വരുന്നുണ്ടോ? പിന്നിൽ കരിയിലകൾ അനങ്ങുന്നു. അടിക്കാടുകളെ ഉലച്ച് വീശിയ ചെറുകാറ്റിൽ പാലപ്പൂവിന്റെ ഗന്ധം. ഇടംവലം നോക്കരുതെന്നല്ലേ അവൾ പറഞ്ഞത്? അയാൾ മുന്നോട്ടു നടന്നു.

പാത ചെന്നുനിന്നത് ഇരുളിൽ തെളിഞ്ഞുകണ്ട ഒരു പടിപ്പുര വാതിൽക്കലാണ്. അത് തുറന്നുകിടന്നിരുന്നു. ഉമ്മറത്ത് ആരൊക്കെയോ ഓരോരോ തിരക്കിൽ. മുനിഞ്ഞുകത്തുന്ന വിളക്കുകളിലെ അരണ്ട വെളിച്ചം ചിതറി വീണിരുന്നു. പ്രായമേറിയ ഒരാൾ ഉമ്മറത്തൂടെ ഉലാത്തുന്നു. തോൾ മുണ്ടെടുത്ത് ഇടയ്ക്കിടെ വീശുന്നു. ആരോ വരാന്തയിലെ ചാരുകസേരയിൽ കാലുകൾ നീട്ടി എവിടേക്കോ കണ്ണുംനട്ട്... ഇളംതിണ്ണയിലുമുണ്ട്. ആരൊക്കെയോ.

ആരും ഒന്നും ശ്രദ്ധിക്കുന്നേയില്ല. അയാൾ കോണിപ്പടിയുടെ നേർക്ക് നടന്നു. കൈയിലൊരു തൂക്കുവിളക്കുമായി മുലക്കച്ച കെട്ടിയ സ്ത്രീ, കോണിയിറങ്ങി വന്നു. എതിരെ അയാൾ വരുന്നത് ഗൗനിക്കാതെ അവർ കോണിയിറങ്ങി എവിടേക്കോ പോയി. കോണി അവസാനിക്കുന്നിടത്ത് ശരറാന്തലുകൾ തൂക്കിയിട്ട ഇടനാഴി. അവൾ പറഞ്ഞിരുന്നു ഇടനാഴി യുടെ അറ്റത്തെ അറ തഴുതിട്ടിരുന്നില്ല.

അയാൾ അകത്തുകയറി വാതിൽ ചാരിയിട്ടു. വിശാലമായ ആ മുറിയിൽ മൂന്ന് പാനീസ് വിളക്കുകൾ തൂക്കിയിട്ടിരുന്നു. പഴമയുടെ ഗന്ധം. നടുക്ക് വീതിയേറിയ തല്പം. മരച്ചുമരിലെ പഴക്കം ചെന്ന നിലക്കണ്ണാടികളൊന്നിൽ ജാതവേദൻ നോക്കി നിന്നു. നൂറ്റാണ്ടുകൾ പഴക്കമുള്ള മഞ്ഞളിപ്പൂവീണ ചിത്രമായി അയാൾ കണ്ണാടിയിൽ തെളിഞ്ഞു. പാനീസ് വിളക്കിന്റെ വെട്ടത്തിനും പഴമയുടെ മഞ്ഞളിപ്പ്. ചുമരിലെ കിളിവാതിലിലൂടെ പുറത്തെ നിലാവിന്റെ വെളിച്ചം കിടക്ക യോളം എത്തിയിരുന്നു. കലശലായ ക്ഷീണം. കിടക്കയിലേക്ക് ചാഞ്ഞു. കിളിവാതിൽ കടന്നുവന്ന തണുത്ത കാറ്റ് കൺപോളകളെ തലോടി.

മെല്ലെ മയക്കത്തിലാണ്ടു. പാനീസ് വിളക്കുകളുകൾ ആരാണ് കെടുത്തിയതെന്നറിയില്ല. എപ്പോഴാണ് അവ അണഞ്ഞത്? മുറിയിലി പ്പോൾ കിളിവാതിലിലൂടെ അരിച്ചിറങ്ങുന്ന നിലാവിന്റെ വെട്ടമേയുള്ളൂ. ചാരിയിട്ട വാതിൽ തുറന്നടഞ്ഞു. അഭൗമമായ സൗരഭ്യം മുറിയിലേ ക്കൊഴുകി വന്നു. ആരോ മെല്ലെ തഴുകുന്നു. ജാതവേദൻ ഞെട്ടിയു ണർന്നു. ഇളംചൂടുള്ള നിശ്വാസം നെറ്റിയിൽ പതിച്ചു.

അരികെ വന്ന് ആരോ മെല്ലെ ചോദിക്കുന്നു. ‘‘ഉറക്കമായോ?’’

പന്ത്രണ്ട്

പാരിജാതത്തിന്റേയോ പനിനീർ ചെമ്പകത്തിന്റേയോ ഗന്ധമല്ല. മാസ്മരികമായ ഏതോ ഗന്ധം. പാനീസ് വിളക്കുകളുടെ മങ്ങിയ വെളിച്ചത്തിൽ ജാതവേദൻ ചുറ്റും തിരഞ്ഞു. ആരേയും കാണാനില്ല. താനല്ലാതെ മറ്റാരും ഈ മുറിയിലില്ല. ആരാണീ പാനീസ് വിളക്കുകൾ വീണ്ടും തെളിച്ചത്?

അയാൾ എണീറ്റിരുന്നു. ആരോ കരവലയങ്ങൾക്കുള്ളിലൊതുക്കിയതുപോലെ. അദൃശ്യമായ മാറിടത്തിൽനിന്നുതിരുന്ന ശീതളിമ. മൂക്കിൻതുമ്പ് എവിടെയോ മുട്ടിയുരുമ്മി. അദൃശ്യമായ ഏതോ ഉടലിലൂടെ, അടഞ്ഞ കൺപോളകളിലൂടെ, മൂക്കിൻതുമ്പിലൂടെ, ചുണ്ടുകളിലൂടെ, കഴുത്തിന്റെ ഓരങ്ങളിലൂടെ, മാറിലെ നിമ്നോന്നതികളിലൂടെ.

''ഹാ!'' നേർത്തൊരു നെടുവീർപ്പ്. കരവലയം ഉലഞ്ഞുവോ?

''എത്ര കാലായി'' മൃദുവായൊരു പെൺമൊഴി.

ജാതവേദൻ വിവശനായി. ''നീയാര്?''

''എന്നെ മറന്നോ?'' അവൾ പരിഭവിച്ചു. ''ഈ ഗന്ധവും തിരിച്ചറിയണില്ലേ?''

തോളുകളിൽ പിടിച്ച് മിഴികളിലേക്കുറ്റു നോക്കുകയാണവൾ. അദൃശ്യമെങ്കിലും അവളുടെ നോട്ടം, പരിഭവം, സ്പർശം എല്ലാം അയാൾ അറിയുന്നുണ്ടായിരുന്നു.

''നീയാരാണ്?'' അയാൾ ചോദിച്ചു. ''അദൃശ്യതയുടെ മറ നീക്കി പുറത്തു വരൂ.''

വായുവിൽ അവളുടെ നേർത്ത പരിദേവനം അലയടിച്ചു.

''അതിനെനിക്കാവുമായിരുന്നെങ്കിൽ...'' അവൾ അയാളോടു ചേർന്നിരുന്നു. ''എത്രയോ കാലമായി തിരയുന്നു. എവിടെയെല്ലാം? ഈ ഭൂമിയിലങ്ങോളമിങ്ങോളം, ആകാശവിതാനങ്ങളിൽ, ഏതെല്ലാം ഭൂഖണ്ഡങ്ങളിൽ, എവിടെയെന്നെനിക്കറിയില്ലായിരുന്നു. അറിയാമായിരുന്നെങ്കിൽ എന്നേ ഞാൻ...''

ഒടുവിൽ അവളാണ് കണ്ടെത്തിയത്. അന്നുമുതൽ അവൾ കൂടെയുണ്ട്.''

''ആര്?''

''എന്റെ സഖി. പാരിജാതത്തിന്റെ ഗന്ധമാണവൾക്ക്.''

''പാരിജാതത്തിന്റെ ഗന്ധം.'' ജാതവേദനോർത്തു.

''ആ തോണിക്കാരി?''

''ങും.'' അവൾ മൂളി. ''അവൾക്കുമില്ല രൂപം.''

''ഞാൻ കണ്ടതോ?'' അയാൾ ശങ്കിച്ചു.

''മനസ്സിന്റെ തോന്നലോ ഭാവനയോ?'' അവൾ ചിരിച്ചു.

ജാതവേദൻ തല്പത്തിൽനിന്നെണീറ്റു. ''ഇനിയും പറഞ്ഞില്ല, നീയാരെന്ന്?''

''പറയാം'', അവൾ സൗമ്യമായി പറഞ്ഞു. ''വരൂ, പുറത്ത് പാലൊളി നിലാവുണ്ട്. നിലാവിന്റെ വഴിത്താരകളിലൂടെ നമുക്കൊരുമിച്ചു നടക്കാം...''

അയാൾ മട്ടുപ്പാവിലേക്ക് തുറക്കുന്ന വാതിലിനു നേർക്ക് നടന്നു. മുന്നിലെത്തിയതും സാക്ഷകൾ താനേ തുറന്നു. താനേ തുറന്നതല്ല. ആരോ തുറന്നതാണ്. വാതിൽ മലർക്കെ തുറന്നതും നിലാവിനൊപ്പം കാറ്റ് അകത്തേക്ക് ആർത്തിരമ്പി.

''വരൂ.'' അവൾ വിളിച്ചു. ''ഇതുവഴി.''

''എവിടേക്ക്?'' അയാൾ പകച്ചുനിന്നു.

താഴേക്ക് കോണിപ്പടികളില്ല. മട്ടുപ്പാവിന്റെ അരച്ചുമരിൽ പുറത്തേക്ക് തുറക്കുന്ന വാതായനങ്ങളോ പടവുകളോ ഇല്ല. മുത്തുകിലുങ്ങും പോലെ അവളുടെ ചിരി മുഴങ്ങി.

''ദാ, ഇങ്ങോട്ട് നോക്ക്യേ.'' അവൾ വിളിച്ചു. ''കൈ രണ്ടും നീട്ടിപ്പിടിച്ചിരിക്ക്യേണ് ഞാൻ. അപ്പൂപ്പൻ താടികണക്കെ നമുക്ക് താഴേക്ക് പറക്കാം.''

ജാതവേദന്റെ കാലുകൾ അവളുടെ സ്വരം കേട്ട ഇടത്തേക്ക് നീങ്ങി. ആരോ എടുത്തുയർത്തുന്നതായി തോന്നി. മട്ടുപ്പാവിന്റെ ആൾമറയ്ക്കു മീതെ അപ്പൂപ്പൻതാടിപോലെ ചിറകു വച്ച ഗന്ധർവനെപ്പോലെ താഴെ നിലാവിന്റെ വഴിത്താരയിലേക്ക്. ഇരുപാടും വെള്ളയാമ്പലുകൾ പൂവിട്ടു നില്ക്കുന്ന ജലാശയത്തിൽ ചിറ്റോളങ്ങൾ ഇളകി. അയാൾ അമ്പരപ്പോടെ നോക്കി. ഇത് ഭൂമി തന്നെയോ? അതോ മറ്റേതെങ്കിലും ലോകമോ? നിലാവുതിരുന്ന ഈ രാത്രിയെ ഒരു കാല്പനിക ചിത്രത്തിൽ ആരോ പകർത്തിയതുപോലുണ്ട്. ആ അലൗകിക സൗരഭ്യമെവിടെ?

''ദാ, തൊട്ടരികെയുണ്ടല്ലോ ഞാൻ.'' അവൾ പറഞ്ഞു.

''ഞാനൊന്നും പറഞ്ഞില്ലല്ലോ?'' ജാതവേദൻ അതിശയത്തോടെ സ്വയം പറഞ്ഞു.

''ഒന്നും പറയണമെന്നില്ല.'' അവൾ പിന്നെയും ചിരിച്ചു. ''ആ മനസ്സ് ഞാൻ വായിച്ചറിയുകയല്ലേ?''

''മനസ്സ് വായിച്ചറിയുകയോ?'' അയാൾ അതിശയിച്ചു. ''ഒന്നും പറയാതെ.''

''അതല്ലേ ഈയയാളും ചെയ്യണത്?'' അവൾ കുടുകുടെ ചിരിച്ചു.

ജാതവേദൻ നിന്നു. ''എനിക്കൊന്നും മനസ്സിലാവുന്നില്ല.''

അവൾ കുറച്ചുനേരം അണിമുറിയാതെ ചിരിച്ചു. ''ഞാനും ഒന്നും പറയണതല്ല. എല്ലാം ഈയാള് സ്വയം വായിച്ചറിയുകയാണ്. ഈ ഭൂമീല് എനിക്ക് രൂപമില്ല, സ്വരമില്ല, സ്പർശമില്ല... ഈ ഗന്ധം മാത്രം. എന്നെ തിരിച്ചറിയാൻ ഈ ഗന്ധം മാത്രം.''

''നിന്റെ സ്വരം, സ്പർശം, ഗന്ധം'' ജാതവേദൻ പറഞ്ഞു. ''എല്ലാം ഞാനറിയുന്നു!'' ''നീ പറയുന്നതൊക്കെയും ഞാൻ കേൾക്കുന്നു. നിന്റെ അദൃശ്യമായ സാന്നിധ്യം ഞാൻ തൊട്ടറിയുന്നു. നിന്റെ അലൗകികമായ സൗരഭ്യവും.''

''ഒരുവേള, ഇയാൾക്കു മാത്രമേ അതിന് കഴിഞ്ഞെന്നു വരൂ.'' അവൾ പറഞ്ഞു. ''ഏഴാമിന്ദ്രിയത്തിന്റെ മികവ്.''

''ഏഴാമിന്ദ്രിയം?'' ജാതവേദൻ സംശയിച്ചു. ''പഞ്ചേന്ദ്രിയങ്ങൾക്കു മീതെ ആറാമിന്ദ്രിയമെന്നു കേട്ടിരിക്കുന്നു.''

''ഏഴാമിന്ദ്രിയം അതിനും മീതെയാണ്.'' അവൾ പറഞ്ഞു.

''അഭൗമതലങ്ങളുമായി സംവദിക്കാനുള്ള കഴിവ്. കോടികളിൽ ഒരാൾ. ജാതവേദനെപ്പോലെ. അവരാവട്ടെ അതറിയുന്നുമുണ്ടാവില്ല. അറിയാതിരിക്കയാ ഭേദം.''

''അതെന്തേ?'' അയാൾ അവളെ നോക്കി.

''മറ്റുള്ളോർ കാണാത്തത് കാണ്കേം കേൾക്കാത്തത് കേൾക്കേം ചെയ്താലെന്താ സംഭവിക്കുക?'' അവൾ ചിരിച്ചു. ''ഭൂമിയിലുള്ളവർ ദിവ്യനെന്നോ ഭ്രാന്തനെന്നോ മുദ്ര കുത്തും. രണ്ടായാലും കുഴപ്പമല്ലേ? ആൾക്കാര് വെറുതെ വിടില്ല. തനിച്ചിങ്ങനെ നടക്കണ്ടാട്ടോ.''

''തനിച്ചായിരുന്നു ഞാൻ ഇത്രകാലവും.'' ജാതവേദൻ പറഞ്ഞു. ''നീണ്ട യാത്രയിൽ. ആത്മീയ സങ്കേതങ്ങളിലൂടെ... ഹിമവാന്റെ നിറുകയിലൂടെ.''

''ആ യാത്രകളിലൂടെ ജാതവേദൻ ഏഴാമിന്ദ്രിയത്തെ ആർജ്ജിക്കുകയായിരുന്നു.'' അവൾ പറഞ്ഞു. ''മുളയ്ക്കാൻ അവസരം കാത്ത് വിത്ത് അകത്തുതന്നെ ഉണ്ടായിരുന്നു.''

''ഞാനറിഞ്ഞിരുന്നില്ല.'' അയാൾ പറഞ്ഞു. ''ആൾക്കാർ എന്നിലെന്തൊക്കെയോ പ്രത്യേകതകൾ കാണുമ്പോഴും ഞാനതെല്ലാം തമാശയായേ-''

മുന്നോട്ടു നടക്കുകയായിരുന്നു അയാളുടെ ഗതി മാറ്റിക്കൊണ്ട് അവൾ പറഞ്ഞു. ‘‘വരൂ, നമുക്കാ കല്പടവിലിരിക്കാം.’’

ജലാശയത്തിലേക്ക് നീളുന്ന പടവുകളിലേക്ക് അവളിറങ്ങി. പിന്നാലെ അയാളും. ജലാശയത്തിനു നീലനിറമായിരുന്നു. ആകാശത്തിന്റെ നീലിമ അതിൽ ലയിച്ചു ചേർന്നിരുന്നു. നിലാവ് ഓളങ്ങളിൽ ചിന്നി ച്ചിതറി. അയാൾ കുറച്ചുനേരം ജലാശയത്തിൽ നോക്കിയിരുന്നു. അരികെ അവളും. നേർത്തൊരു ശീതക്കാറ്റ് എവിടെനിന്നോ മെല്ലെ അലയിച്ചു വന്നു.

‘‘ഞാൻ പറഞ്ഞല്ലോ. ഏഴാമിന്ദ്രിയത്തിന്റെ വിത്ത്.’’ അവൾ മൗന ത്തിന് വിരാമമിട്ടു. ‘‘അതുമായാണ് എന്നെ വിട്ട് ഭൂമിയിലേക്ക് വന്നത്, ജാതവേദനായി.’’

അവളുടെ വാക്കുകളിൽ അതുവരെയില്ലാത്ത നനവും തിരിച്ചറിയാ നാവാത്ത മമതയും അയാളറിഞ്ഞു.

‘‘നീ?’’അയാൾ ആശ്ചര്യത്തോടെ നോക്കി.

‘‘ഒരു ജന്മം മുഴുവൻ ഒരുമിച്ചുണ്ടാവണമെന്ന് ആശിച്ചവൾ.’’ ജലാ ശയത്തിലെങ്ങും അവളുടെ മൊഴി പ്രതിധ്വനിച്ചോ?

‘‘അറിഞ്ഞില്ല ഞാൻ.’’ അവൾ പറഞ്ഞു. ‘‘എന്നെ വിട്ടുപോയത്. യക്ഷന്മാർ നക്ഷത്രപ്പിണരുകളെപ്പോലെ ഭൂമിയിലേക്ക് പതിക്കുമെന്ന് കേട്ടിരിക്കുന്നു. പിന്നീടവർ മനുഷ്യജന്മത്തിൽ പിറവിയെടുക്കുമെന്നും യക്ഷജീവിതം മടുക്കുമ്പോൾ, പുറന്തള്ളപ്പെടുമ്പോൾ...’’ അവളുടെ സ്വരം ഏറെ ആർദ്രമായിരുന്നു.

ഏതോ പൂർവ്വജന്മങ്ങളുടെ ചുരുളഴിക്കുകയാണവൾ. ജാതവേദ നാകട്ടെ, അവൾ പറയുന്നതൊന്നും ഓർമ്മയെ സ്പർശിക്കാതെയും.

അയാൾ പറഞ്ഞു. ‘‘ഒന്നും അറിയില്ലെനിക്ക്. എനിക്കറിയാവുന്ന ഞാൻ ഈ ജാതവേദനാണ്. നീയാര്? എവിടെനിന്നു വരുന്നു? എനി ക്കറിയണം.’’

‘‘അതിനുമുമ്പേ ഒന്നെനിക്കറിയണം.’’ അവളുടെ വാക്കുകൾക്ക് മൂർച്ച കൂടി.

‘‘ഒരു ജന്മം മുഴുവൻ ഭ്രമിപ്പിച്ച് ഒടുവിൽ ഒരു വാക്കുപോലും ഉരി യിടാതെ എന്നെ വിട്ടുപോയതെന്തേ? മനുഷ്യജന്മം പൂണ്ട ജാതവേദന് മറുപടി പറയാൻ കഴിയാത്ത ചോദ്യമാണതെന്ന് എനിക്കറിയാതല്ല.’’

അവൾ അല്പനേരം മൗനം പൂണ്ടു. പിന്നെ ഒരു നേർത്ത തേങ്ങ ലായി അവളുടെ മൊഴി. ‘‘എത്ര നാളുകളായി, എവിടെയെല്ലാം തിരഞ്ഞു? ഒടുവിലാണറിഞ്ഞത്. രണ്ടേ രണ്ടു വഴികളേ എന്റെ മുന്നിലുണ്ടായിരു ന്നുള്ളൂ.

ഒന്ന്. മറ്റൊരു നക്ഷത്രപ്പിണരായി ഭൂമിയിൽ വന്നു പിറക്കുക. പക്ഷേ ഒരു ശിശുവായി ജന്മമെടുത്ത്, വളർന്ന്, വലുതായി മനുഷ്യജന്മം

പൂണ്ട ജാതവേദനെ വീണ്ടെടുക്കാമെന്നുവച്ചാൽ? ഇനിയും എത്രയോ മനുഷ്യവർഷങ്ങൾ വേണ്ടിവരും?

മനുഷ്യജന്മത്തിന്റെ നിയതി വേറൊന്നാണ്.

എന്റെ പുരുഷനെ എനിക്ക് വീണ്ടെടുക്കാനാവുമെന്ന് എന്തുറപ്പ്? എത്രയോ മനുഷ്യജന്മങ്ങൾ കാത്തിരുന്ന് ഒടുവിൽ അതിനും കഴിയാതെ വന്നാൽ?''

''ഇനി രണ്ടാമത്തെ വഴി.'' അവൾ പറഞ്ഞു. ''ക്രൂരമാണത്.''

''ജാതവേദന്റെ മനുഷ്യജന്മത്തിനറുതി വരുത്തുക, അതെനിക്കാവും. ഈ നിമിഷമെങ്കിൽ ഈ നിമിഷം യക്ഷകന്യകയ്ക്കത് സുസാധ്യം. ഒരു പൂവിനെ പിഴുതെടുക്കുംപോലെ. പക്ഷേ, യക്ഷലോകത്തെ നിയമങ്ങൾ അപ്പോഴും എന്റെ ആശയുടെ വഴി മുടക്കിയേക്കാം.

യക്ഷജീവിതം മതിയാക്കി ഭൂമിജീവിതം തേടിപ്പോയവർക്കുള്ള അയിത്തം. യക്ഷലോകത്തേക്ക് ഇനിയും പ്രവേശനം കിട്ടാൻ എത്രയോ വാതായനങ്ങളിൽ മുട്ടേണ്ടിവരും. ഒരുവേള, എന്റെ കന്യകാത്വം പോലും – യക്ഷകന്യകയുടെ ഉടലിനായി ആർത്തിപൂണ്ടുഴലുന്ന കഴുകൻകണ്ണുകളെ ഓർമ്മയുണ്ടാവില്ല, ജാതവേദന്. കന്യകാത്വം യക്ഷപ്രജാപതികൾക്ക് അവകാശപ്പെട്ടതാണവിടെ. അതുകഴിഞ്ഞേ പ്രണയിക്കുന്ന പുരുഷനുപോലും... മനുഷ്യജന്മം പൂണ്ട ജാതവേദന് ഒന്നും ഓർമ്മയുണ്ടാവില്ല.

അവൾ തെല്ലിട തേങ്ങിയോ? അല്പനേരത്തെ മൗനത്തിനുശേഷം അവൾ പറഞ്ഞു. ''മൂന്നാമതൊരു വഴി തേടുകയാണ് ഞാൻ.''

അവളുടെ വാക്കുകൾക്ക് പ്രത്യാശയുടെ ചൂടുണ്ടായിരുന്നു. അതുവരെയില്ലാത്ത ആത്മവിശ്വാസം. അവൾ ജലാശയത്തിലേക്കിറങ്ങിയോ? ജലോപരിതലത്തിൽ, അലയിളക്കമുണ്ടായി.

''മൂന്നാമത്തെ വഴി?'' ജാതവേദൻ ആകാംക്ഷയോടെ നോക്കി.

''വരൂ.'' അവൾ അയാളുടെ വിരലുകൾ കൈക്കുള്ളിലാക്കി ജലാശയത്തിലേക്ക് ക്ഷണിച്ചു.

വെള്ളാമ്പൽ പൂവുകൾക്കിടിയിലൂടെ ജലാശയത്തിന്റെ അഗാധതയിലേക്ക് അവൾക്കഭിമുഖമായി അയാൾ നടന്നു. അയാളുടെ കണ്ണുകളിലേക്കുറ്റുനോക്കി അവൾ പറഞ്ഞു. ''ഇനിയും കാത്തിരിക്കാനെനിക്കാവില്ല. മനുഷ്യജന്മം പൂണ്ട ഈ ജന്മത്തിലെ ജാതവേദനെ എനിക്ക്...''

''അതെങ്ങനെ?'' അയാൾ അവളിലേക്കെടുത്തു. ''രൂപമില്ലാതെ, സ്പർശമില്ലാതെ?''

ജലാശയത്തിന്റെ അഗാധതയിലേക്ക് അവൾ അയാളെ നയിച്ചു. വെള്ളാമ്പലുകളൊന്നാകെ അയാളെ ചൂഴ്ന്നുനിന്നു.

''അതിനൊരു വഴിയുണ്ട്.'' അവൾ അയാളുടെ ആകാംക്ഷയെ ഉണർത്തി.

"എന്റെ സഖി ആ വഴിയൊരുക്കുന്നുണ്ട്."

"മൂന്നാമത്തെ വഴി?"

"**ദേ**വൂട്ടീ, എന്തുറക്കമാണിത്?"

അമ്മ വന്നുണർത്തി.

"അമ്മാ, ജാതമാമ വന്നോ?" അവൾ കണ്ണു തിരുമ്മി.

"ഇല്ല. വാസവേട്ടനും പിന്നാലെ ഇറങ്ങിയതല്ലേ? രണ്ടാളും ഒരുമിച്ചാവും വരിക."

"ജാതമാമ ഒരിടത്തുണ്ട്." അവൾ പറഞ്ഞു.

"എവിടെ?" അവർ ആധി പൂണ്ടു.

"ഒരിടത്ത്, വെള്ളാമ്പൽ പൂക്കൾ വിരിഞ്ഞു നില്ക്കുന്നൊരു ജലാശയത്തിന്റെ കരയിൽ. ഞാനിപ്പോ കണ്ടു."

"ഓ, ഈയിടെയായി സ്വപ്നം കാണൽ ഇത്തിരി കൂടുതലാ, പെണ്ണിന്."

അവർ അകത്തേക്ക് പോയി.

പതിമ്മൂന്ന്

രാത്രി.

ഉറക്കം വരാതെ തിരിഞ്ഞും മറിഞ്ഞും കിടന്നു.

വാസവേട്ടൻ ഇനിയും വന്നില്ല. ജാതനേം കൂട്ടി അയാൾ പോയതിനു പിന്നാലെ ഇറങ്ങീതാണ്. ഏടയ്ക്കാന്ന് ചോദിച്ചപ്പോ ''ഒന്ന് കറങ്ങീട്ട് അവനേം കൂട്ടി വന്നേക്കാം, ഇത്തിരി വൈകിയാലും'' എന്നാണല്ലോ പറഞ്ഞേ? വൈകീട്ട് രണ്ടുവട്ടം ശ്രീക്കുട്ടി വന്നു. കിഴിച്ചുകിഴിച്ചു ചോദിച്ചാലെന്താ മറുപടി പറയ്ക എന്നോർത്ത് തലവേദനയെന്നു കള്ളം പറഞ്ഞങ്ങ് കേറിക്കെടന്നു. അവളു പോയതും ദാ, വരുന്നു അടുത്തയാള്, ദേവൂന്റെ കോളേജിലെ ലക്ചററ്. സുകന്യേന്നാ പേര്. പേരുപോലത്തന്നെ ആളും. ഇതേവരെ മംഗല്യം തരായിട്ടില്ല. കല്യാണം വേണ്ടാത്രെ. വല്ല നൈരാശ്യോം? ആവോ ആർക്കറീം, കന്യകയോ അല്ലയോന്നൊക്കെ. ഇന്നത്തെ കാലത്ത് എങ്ങനാ വിശ്വസിക്കുക?

ഏതേലും ജാതന് നന്നേ ചേരും, ശ്രീക്കുട്ട്യേക്കാളും. ഇരുനെറം. എന്നാലും എന്താ മുഖശ്രീ! യോഗേം ധ്യാനോം ഒക്കെ ചെയ്യണകൊണ്ടാണെന്നു ദേവു പറഞ്ഞു. ശരീരത്തിന് നല്ല ഒതുക്കോം പ്രസരിപ്പും. കണ്ണുകൾക്കുമുണ്ട് അതിന്റെയാ തിളക്കം. ജാതനോട് എന്തൊക്കെയോ ചോദിച്ചറിയാനുണ്ടത്രെ. ജാതനെപ്പോലെ ഇടയ്ക്കിടെ ഊരു ചുറ്റണ ശീലം പുള്ളിക്കാരത്തിക്കും ഉണ്ടത്രെ, ഒറ്റയ്ക്ക്, അപ്പോൾ രണ്ടാളും ചേരും. അതുപറഞ്ഞതും ദേവു കളിയാക്കി.

''അമ്മയ്ക്കിപ്പോ ആരെ കണ്ടാലും ജാതമാമേക്കൊണ്ട് കെട്ടിക്കണം. ടീച്ചറ്ടെ നെലയെന്താന്ന് അമ്മയ്ക്കറിയോ? സൈക്കോളജീല് ഒന്നാന്തരം ഡോക്ടറേറ്റ്. ജാതമാമയോ?''

അതുകേട്ടപ്പോ സത്യത്തില് വിഷമം തോന്നി. എന്റെ ജാതന് ബുദ്ധിയില്ലാഞ്ഞിട്ടല്ലല്ലോ. അവൻ പഠിത്തം മതിയാക്കിപ്പോയതുകൊണ്ടല്ലേ? ഇപ്പഴും അറിവിന്റെ കാര്യത്തിൽ അവനെ വെല്ലാനാവുമോ അവള്ടെ ടീച്ചർക്ക്. നേരിൽ കാണട്ടെ. അപ്പോ മനസ്സിലാവൂല്ലോ. ദേവൂ അറിഞ്ഞിട്ടില്ല. ആ പൊലീസുകാരൻ ജാതനെ കൂട്ടിക്കൊണ്ടുപോയ കാര്യം.

പുറത്തെക്കെവിടെയോ പോയീന്നേ പറഞ്ഞുള്ളൂ. എത്ര വൈകിയാലും വിളിക്കണമെന്നു പറഞ്ഞിട്ടാ രണ്ടാളും തെക്കിനീലേക്ക് പോയത്. ഇത്ര നേരായിട്ടും? മണിയിപ്പോ എത്രായിക്കാണും?

വാസവേട്ടന്റെ കാര്യം പിന്നെ പറയണ്ട. മിക്ക ദിവസോം നേരം വെളുത്തിട്ടാ വരിക. വീട്ടീന്ന് ആഹാരം കഴിച്ചിട്ട് കാലം എത്രയായി? വാസവേട്ടന് മൂന്നുനേരോം കൊന്നു തിന്നാലല്ലേ കുംഭ നെറയൂ. കോഴീം ആടും പോത്തും പന്നീം എന്നുവേണ്ടാ എന്തും. ഇവിടെ അതൊട്ട് ശീലോമില്ല. പുല്ലു തിന്നാൻ ഞാനാര് പശുവോ എന്നാ ചോദ്യം. ഇഷ്ടത്തിന് വച്ചുകൊടുക്കാനും അന്തിക്കൂട്ടിനും തരാതരം ആൾക്കാരുണ്ടല്ലോ.

അതുംകൂടെ അറിഞ്ഞതോടെ മനസ്സ് തീർത്തും അകന്നതാണ്. മടുത്തു. മുജ്ജന്മപാപം. അനുഭവിച്ചേ തീരൂ. ഈ ജന്മം പാഴായി. ഇനി അതൊക്കെ ഓർത്തിട്ടെന്താ കാര്യം? ഇനി എങ്ങനേം ദേവൂന്റെ കാര്യം. അതോർത്തതും ഉള്ളിലെവിടെയോ ആ ചന്ദനഗന്ധം.

മനസ്സിനകത്തിരുന്ന് ഇടയ്ക്ക കൊട്ടി ഈണത്തിൽ പാടുകയാണ്, ഗോപൻ.

"ചന്ദന ശിശിരതരേണ കരേണ പയോധരേ
മൃഗമദ പത്രകമത്ര മനോഭവ..."

ഇതിന്റെ അർത്ഥമെന്തെന്നറിയ്യോ പപ്പിക്ക്?" ചന്ദനത്തേക്കാൾ തണുപ്പുള്ള ആ കൈകളാൽ എന്റെയീ സ്തനകുംഭങ്ങളിൽ കസ്തൂരിച്ചാർ തേച്ചുതന്നാലും. രാധ കണ്ണനോട് പറഞ്ഞതാണ്. "പ്രിയനേ, അധരങ്ങളാൽ എന്റെ കൺകോണുകളിൽ കരിമഷി എഴുതിയാലും. ആ മഷിയത്രയും ചുംബനനേരത്ത് ആ ചുണ്ടുകളിൽ പകർന്നില്ലേ?"

"കരിമഷിയെങ്ങനാ ചുണ്ടുകളിൽ പടർന്നേ?" അവൾ ചോദിച്ചു.

ഗോപൻ കണ്ണുകളിലേക്കുറ്റു നോക്കി. പിന്നെ ചുണ്ടുകൾ കണ്ണുകളിൽ ചേർത്തു. "ദാ, ഇങ്ങനെ പപ്പീ. ഇന്നാ നീയെന്റെ ഇടയ്ക്കയായേ. പൊതുവാളിന് ഇടയ്ക്കയല്ലേ കൂട്ട്? കൂടെ നീയൊണ്ടേൽ ഏത് സോപാനത്തിലും കൊട്ടിപ്പാടാൻ ഞാനുണ്ടാവും."

'പപ്പീ, നമുക്ക് എവിടേക്കെങ്കിലും ഒളിച്ചോടിയാലോ? ഞാനൊരു ചെറിയ ജോലി തരപ്പെടുത്താം. നമുക്കൊരുമിച്ച്..."

"വേണ്ടാ. അച്ഛനെ അയാൾ."

അഷ്ടപദിയുടെ ആഴങ്ങളിലേക്കിറങ്ങിയ മൂന്നു രാപകലുകൾ. ഒടുവിൽ രാധ പറഞ്ഞു.

"എന്റെ മുലകളിൽ പത്തിക്കീറ്റ് എഴുതൂ. കവിൾത്തടങ്ങളിൽ ചിത്രമെഴുതൂ. അരയിൽ ഇളകിപ്പോയ അരഞ്ഞാൺ ഇടീച്ചു തരൂ."*

---

* *ഗീതഗോവിന്ദത്തിലെ എൺപത്തേഴാം അഷ്ടപദി രതിക്രീഡയെത്തുടർന്ന് വികലമായിത്തീർന്ന എല്ലാം നേരെയാക്കാൻ രാധ കൃഷ്ണനോട് ആവശ്യപ്പെടുന്നു.*

അവളും പറഞ്ഞു.

"ഗോപാ, എന്റെ പൊട്ടു കാണണില്ലല്ലോ. ഹോസ്റ്റലിൽ എത്തേണ്ട നേരായി. അഴിഞ്ഞുലഞ്ഞ മുടിയൊന്നു ചീകിയൊതുക്കിത്തരോ? എന്റെ ഉടുപുടവകളെവിടെ? ഒന്നു വേഗം ഇസ്തിരിയിട്ട് ചുളുക്ക് മാറ്റിത്തരൂ."

ഗോപൻ പിന്നിലൂടെ വന്ന് അവളെ ചേർത്തുപിടിച്ചു.

"മൂന്നു രാപകലുകൾ പപ്പി എന്റേതായി."

"പപ്പി എന്നും ഗോപന്റേതാണ്." അവൾ അയാളുടെ മാറിൽ പടർന്നു.

"അതെങ്ങനെ?" അയാൾ തോളിൽ പിടിച്ച് അവളുടെ കണ്ണുകളിൽ നോക്കി. "പപ്പി വേറൊരു ജീവിതത്തിലേക്ക് പോകുകയല്ലേ?"

"പപ്പിയല്ല, പപ്പിയുടെ ജഡം" അവൾ തിരുത്തി.

"പപ്പീ" അയാൾ വിളിച്ചു.

"ങ്ഉം?" അവൾ കണ്ണനക്കി.

"പപ്പി പോവണ്ട."

"പോകാതെ?" കട്ടിലിൽ ഇരുന്നു.

"പോകാൻ എനിക്ക് മനസ്സ് വരണില്ല."

ഗോപൻ അരികെ വന്നിരുന്നു. "മറ്റന്നാൾ പുലർച്ചെ വണ്ടിയിൽ പോയാൽ പോരേ?"

"ങ്ഉം."

"രണ്ടു പകലും രണ്ടു രാത്രിയും പപ്പി എന്നോടൊപ്പമുണ്ടാവണം."

അവൾ അയാളുടെ മാറിലേക്ക് ചാഞ്ഞു.

എവിടെയാവും? സ്വപ്നത്തിലെന്നോണം അവളതിൽ ലയിച്ചിരുന്നു. വർഷങ്ങളെത്രയോ കഴിഞ്ഞു. ഗോപനിപ്പോൾ എവിടെയാവും? പെട്ടെന്ന് പുറത്തെന്തോ ഒച്ച കേട്ടതുപോലെ. അവരെത്തിയോ? ജനാല തുറന്ന് നോക്കിയപ്പോൾ ജാതൻ അരമതിലിൽ ചുമരും ചാരിയിരിക്കുന്നു. വേഗം വാതിൽ തുറന്ന് ഉമ്മറത്തേക്ക് ചെന്നു.

"നീയെപ്പോ വന്നു? അല്ല, വാസവേട്ടനെ കണ്ടില്ലേ?"

ചോദിച്ചതും അവൻ പപ്പേച്ചി പഴേ കാര്യങ്ങളോർത്തിരിക്കൊർന്നില്ലേ? ആരു വന്നാലും എങ്ങനറിയാൻ എന്നായി ചോദ്യം. ഈശ്വരാ! എല്ലാം അവൻ മനസ്സിലാക്കിരിക്കുന്നു.

'ഒക്കേം നീ അറിഞ്ഞൂല്ലേ?"

"ഉം. കുറച്ചൊക്കെ."

അവൻ മുഖത്തു നോക്കാതെ പറഞ്ഞു.

''നീ അറിഞ്ഞതൊക്കേം സത്യാണ്. ഇനീപ്പോ നിന്നോട് മറച്ചു വച്ചിട്ടെന്താ കാര്യം? എപ്പഴായാലും നിന്നോടത് പറയണംന്ന് കരുതി യിരുന്നതാ ഞാൻ. ഇപ്പഴാവുമ്പോ വേറാരുമില്ലല്ലോ.''

ജാതൻ ആകാംക്ഷയോടെ നോക്കി.

''ആരോടും ഇന്നേവരെ പറഞ്ഞിട്ടില്ലാത്ത ആ സത്യം നിന്നോടെ നിക്ക് പറേണം.''

അരമതിലിന്റെ തൂണിൽ ചുറ്റിപ്പിടിച്ചുനിന്നു.

പിന്നെ ഒച്ചയടക്കി പറഞ്ഞു. ''ദേവു വാസവേട്ടന്റെ മോളല്ല.''

''പിന്നെ?''

''ജയഗോപന്റെ. എന്നെ പ്രാണനുതുല്യം സ്നേഹിച്ചിരുന്ന... എന്റെ...''

പപ്പേച്ചി വിതുമ്പുന്നതുകണ്ടാവണം അവൻ എണീറ്റ് അരികിലേക്ക് വന്നു.

''ജയഗോപൻ ഇപ്പോ എവിടെയുണ്ട്?'

''എനിക്കറീല്ല.''

''വാസവേട്ടനിക്കാര്യം?''

''അറീല്ല. എന്നാലും.''

''ങും?

''മെഡിക്കൽ പരിശോധനേല് പിന്നീട് വാസവേട്ടന് കുഴപ്പങ്ങളൊ ണ്ടെന്ന് അറിഞ്ഞതോണ്ട്. ദേവു പ്രായായി വരുംതോറും എനിക്കതാ പേടി. സ്വന്തം മകളല്ലാന്നെങ്ങാനും തോന്നിയാൽ... മൃഗവാണേ ചെല നേരത്ത്.''

''സാരമില്ല.'' അവൻ ആശ്വസിപ്പിച്ചു. ''പപ്പേച്ചീടെ പ്രാർത്ഥന ദൈവം കേക്കും.''

''അതെങ്ങനെ?''

''അതൊക്കേം വഴിയേ കാണാം.'' ജാതവേദൻ ചിരിച്ചു.

''അല്ലാ, അവര് രണ്ടാളും എവിടെപ്പോയി? നിന്നെ കൊണ്ടുവിട്ടേച്ച്?''

''അറീല്ല പപ്പേച്ചീ, വാസവേട്ടനെ കണ്ടതേയില്ല. മറ്റേയാള് വന്ന വഴിയേ പോയി. ഇനീം കുറച്ചുകാലത്തേക്ക് അയാൾക്ക് ഒന്നിനെക്കുറിച്ചും ഒരു വേവലാതീം വേണ്ടിവരില്ല.''

''ഉവ്വോ, അതെന്തേ?''

''അതൊക്കെ പപ്പേച്ചി കാണാനിരിക്കുകയല്ലേ?''

''ന്നാ നീ അകത്തേക്ക് വാ. നേരം ഒത്തിരിയായില്ലേ?''

''വേണ്ട പപ്പേച്ചീ, രാത്രിവണ്ടിക്ക് ഒരെടംവരെ പോണം.''

''ന്നാ, നീയിരിക്ക്. ഞാനൊന്ന് തല ചായ്ക്കട്ടെ'' എന്നു പറഞ്ഞ് അകത്തേക്ക് പോകാൻ ഭാവിച്ചതും വാതിൽക്കൽ ദേവൂന്റെ ടീച്ചറ്.

''ദാ, നിന്നെ കാണാൻ വന്നൊരാള്''

എന്നു പറഞ്ഞ് തിരിഞ്ഞതും ജാതനെ കാണാനില്ല.

''ദേ, ഇത്ര നേരോം ഇവിടേണ്ടാരുന്നല്ലോ.''

''ആര്?''

സുകന്യ ചോദിച്ചു.

''ജാതൻ. അവൻ രാത്രി വണ്ടിക്ക്.''

''ഇത്ര നേരോം ഞാനും ഉണ്ടായിരുന്നല്ലോ ഇവിടെ.'' സുകന്യ ചിരിച്ചു. ''പപ്പേച്ചി തനിച്ച് സംസാരിക്കുകാര്ന്നല്ലോ? ഇവ്ടാരേം ഞാൻ കണ്ടില്ല.''

സുകന്യ എല്ലാം കേട്ടോ? ജാതൻ എവിടെ പോയൊളിച്ചു? തല ചുറ്റുന്നോ? സുകന്യ താങ്ങിപ്പിടിക്കുന്നല്ലോ. ഈശ്വരാ, എന്താപറ്റീത്?

പതിന്നാല്

കുളപ്പടവിൽ ഈറൻ പിഴിഞ്ഞുടുക്കുന്നതിനിടയിൽ ശ്രീരഞ്ജിനി മൂക്കു വിടർത്തി. പാരിജാതം പൂത്ത പോലെ. അന്ന് ജാതേട്ടന്റെ അടുത്തു ചെന്നപ്പോഴുണ്ടായ അതേ വാസന. പൂവിന്റെ മണമോ അതോ പുതിയ വാസനസോപ്പിന്റെ ഗന്ധോ? അവൾ മണത്തുനോക്കി. വാസനസോപ്പിന് രാമച്ചത്തിന്റെ ഗന്ധാണല്ലോ? തുമ്പേം കരുന്തകരേം പടർന്നു നില്ക്കണെ കുളക്കടവിലെവിടുന്നാ പാരിജാതം? തോന്നീതാവും. മനസ്സിലൊരാളെ നെനച്ചിരുന്നാൽ കാണുന്നതൊക്കേം- അങ്ങനെ പറയാറുണ്ടല്ലോ? അതാവും. ജാതേട്ടനെ ചൂഴ്ന്നുനിന്ന ആ ഗന്ധം ഓർമ്മയിൽ തങ്ങി നില്ക്കണതാവാം.

പിഴിഞ്ഞെടുത്ത തുണികൾ വെയിൽ കായാനിട്ട് തെക്കിനിയിലേക്ക് നടന്നു. നേരം പരപരാ വെളുക്കുന്നതേയുള്ളൂ. കൃഷ്ണന്റെ അമ്പലത്തീന്ന് പുതിയൊരു കീർത്തനം വായുവിൽ ഒഴുകിവരുന്നു. ഏതാ രാഗം?

[1]ബൗളിയോ ഭൂപാളമോ?

മൂളി നോക്കി.

[2]സരിഗപധസ...

സധപഗരിസ...

അരികെയാരോ മറിച്ചൊന്നു മൂളിയോ?

[3]സരിഗപധസ...

സനിധപഗരിസ...

ഏയ്, ആരു മൂളാൻ? തോന്നീതാവും.

---

1. *ബൗളിയും ഭൂപാളവും പ്രഭാതത്തിന് യോജിച്ച രാഗങ്ങൾ. രണ്ടും ഒന്നുതന്നെയെന്ന് ചിലർ. എന്നാൽ രണ്ടും വിഭിന്നങ്ങളെന്ന് മുത്തുസ്വാമി ദീക്ഷിതർ.*

2. *ഭൂപാളത്തിന്റെ ആരോഹണാവരോഹണങ്ങൾ*

3. *ബൗളിയുടെ ആരോഹണാവരോഹണങ്ങൾ*

''രാമരാമ പാഹിരാമ...''

പിന്നെയും മൂളിനോക്കി.

ഭൂപാളത്തിലെ സ്വാതിതിരുനാൾ കൃതിയാണ്.

സാദൃശ്യമുണ്ട്.

ഭൂപാളത്തിന്റെ അതേ ആരോഹണോം അവരോഹണോം.

''അല്ലാ, ബൗളി'' യെന്നാരോ അരികെനിന്നു ചെവിയിലോതുന്നു.

ആരിത്? മുത്തുസ്വാമി ദീക്ഷിതരുടെ പേരക്കുട്ടിയോ? അമ്പരപ്പോടെ ചുറ്റും നോക്കി. ആരോ ദീക്ഷിതർ കൃതി മൂളുന്നു.

ശ്രീപാർവതീ പരമേശ്വരൗ...

ബൗളിയിലാണ്.

രണ്ടും ഒന്നല്ല, വിഭിന്ന രാഗങ്ങളെന്നാരോ പറയുന്നല്ലോ? ഈ മുറിക്കുള്ളിൽ വേറാര്? ഒക്കേം തോന്നലാവും. ജാതേട്ടനെ കണ്ടതു മുതൽ സമനില ആകെ തെറ്റീരിക്കയാ. ജാതവേദനെ ഓർത്തതും ദേഹമാസകലം മിന്നൽപ്പിണരുകൾ പായുന്നതായി തോന്നി. കാൽമടമ്പുകളിലൂടെയത് മേലാകെ പടരുന്നു. തിടുക്കത്തിൽ വാതിൽ തഴുതിട്ടു. ഈറൻ ഉരിഞ്ഞെറിഞ്ഞ്, നിലക്കണ്ണാടിയുടെ മുന്നിൽ നിന്നു. മുറിയിലെ നേർത്ത വെളിച്ചത്തിൽ, നിലക്കണ്ണാടിയിൽ അവളൊരു രവിവർമ്മച്ചിത്രമായി. ചരിഞ്ഞും പുറംതിരിഞ്ഞും ഇടതൂർന്ന ഈറൻമുടി മുന്നിലേക്കിട്ടും സ്വന്തം മേനിവടിവ് ആസ്വദിച്ചുനിന്നു. അങ്ങനെ നിൽക്കവേ, ജാതവേദൻ അഗ്നിശലാകയായി ഉടലാകെ പടരുന്നതായി തോന്നി. കണ്ണുകൾ പാതിയടച്ച്, മായികമായ ഏതോ സ്വപ്നത്തിലെന്നോണം നിന്നു. ഏറെനേരം അങ്ങനെ നിന്നുപോയേനേ. ഇടനാഴിയിൽനിന്ന് അമ്മ വിളിച്ചോർമ്മിപ്പിച്ചു.

''ശ്രീക്കുട്ട്യേ, ആറേകാലിന്റെ വണ്ടി പോയാ യാത്ര മൊടങ്ങീതു തന്നെ.''

അവൾ തിടുക്കത്തിൽ ഒരുക്കം തുടങ്ങി. മൂന്നുനാൾ നീണ്ടുനില്ക്കുന്ന യു.ജി.സി. സെമിനാറാണ്. സംഗീതത്തിലെ സ്വരവിന്യാസത്തെക്കുറിച്ച്. ആറേകാലിന്റെ സൂപ്പർഫാസ്റ്റിൽ പോയാലേ പത്തിനെങ്കിലും കാര്യവട്ടത്തെത്താനാവൂ. തലേന്നേ ബാഗൊരുക്കി വെച്ചത് ഭാഗ്യായി. മൂന്നുനാൾ കഴിഞ്ഞല്ലേ മടങ്ങി വരാനാവൂ. ജാതേട്ടനും ഒന്നിച്ചുണ്ടായിരുന്നേൽ!

ഇനി മൂന്നാലുനാൾ എങ്ങനാ കാണാതിരിക്ക്കേ? യാത്ര പോണ വിവരം പറയാമെന്നു കരുതി വൈകിട്ട് അതിലേ ചെന്നതാണ്. പപ്പേച്ചി വല്ലാത്ത മൂഡിലായിരുന്നു. ജാതേട്ടൻ എവിടേന്നു ചോദിച്ചപ്പോ, അറീല്ല, പൊറത്തേക്കെവിടെയോ പോയീന്ന് പറഞ്ഞൊഴിഞ്ഞുമാറി. പിന്നെ

വാഷ്ബേസിനരികെ പോയി മുഖം കഴുകണതു കണ്ടു. എന്താ പ്രശ്നം എന്നറീല്ല. പപ്പേച്ചി ഒന്നും പറേണില്ല. എന്തോ ഉണ്ട്.

അമ്പലത്തീന്ന് ദീപാരാധന കഴിഞ്ഞു വന്നപ്പോഴും കേറി നോക്കി. തലവേദനയെന്നു പറഞ്ഞു കിടക്കുകാര്ന്നു പപ്പേച്ചി. ഒന്നും രണ്ടും പറഞ്ഞ് കുറേനേരം കാത്തിരുന്നു. എന്നിട്ടും ജാതേട്ടൻ വന്നില്ല. ഊരു ചുറ്റുന്ന ശീലം തീർന്നിട്ടില്ല. കൈയിലേക്കൊന്നു കിട്ടട്ടെ. ശരിയാക്കി യെടുക്കണൊണ്ട്.

ഇനീം കാത്തിരിക്കാൻ വയ്യ. ജാതേട്ടനെ കണ്ടതു മുതൽ... നോക്കി യിരുന്നാൽ ആരേലും തട്ടിയെടുത്തെന്നു വരും. മുറ്റത്തെ പിച്ചകത്തീന്ന് നാലഞ്ചു പൂക്കൾ നുള്ളിയെടുത്ത് മുടിപ്പിന്നലിൽ കൊരുത്ത്, ബാഗു മെടുത്ത് അതിവേഗമിറങ്ങി. കവലയിലെത്താൻ ഇനിയുമുണ്ട് സമയം. ആറുപോലുമായിട്ടില്ല. ജാതേട്ടനെ കണ്ടിട്ടു പോയാലോ? വേണ്ട. ആ മൃഗം പത്രം വായിച്ച് വരാന്തയിൽത്തന്നെയുണ്ടാവും. എന്താ വഷളൻ നോട്ടം? എന്നാലും ജാതേട്ടനൊരു വാക്കുപോലും പറയാതെ... പപ്പേ ച്ചീടെ വീട്ടിലേക്കുള്ള നടവഴീലേക്കു തിരിഞ്ഞതും ആരോ വഴി വിലക്കി യതുപോലെ. ഒരു ചുവട് മുന്നോട്ടു നീങ്ങണില്ല. പിന്നെയും പാരിജാത ത്തിന്റെ വാസന.

അവൾ നാസിക വിടർത്തി. തലയിൽ ചൂടിയ പിച്ചകപ്പൂവിന്റെ മണമാണോ? അല്ല. കുളപ്പടവിൽ തോന്നിയ അതേ വാസന. ജാതേട്ടൻ എവിടെയോ ഒളിച്ചുനില്പ്പൊണ്ടോ? മനസ്സങ്ങനെ പറയുംപോലെ. അതി രാവിലെ കവലേലെങ്ങാനും വന്നു നില്പൊണ്ടാവുമോ? പപ്പേച്ചി പറയാണ്ടിരിക്കില്ല. കാത്തിരുന്ന കാര്യം. തിടുക്കത്തിൽ കവലയിലേക്ക് നടന്നു. കവലയിൽ വണ്ടി കാത്തുനില്ക്കുന്ന ആൾക്കാർക്കിടയിൽ ജാതേട്ടനെ പരതി. ഇല്ലല്ലോ. പിന്നെ എവിടെ? ഇവിടെയില്ല. വേറൊ രിടത്ത്. ആരോ മനസ്സിലിരുന്നു പറയുന്നു.

‘‘എവിടെ, എവിടെ?’’

അവൾ സ്വയം ചോദിച്ചു. ആറുമണിക്ക് വടക്കോട്ടുള്ള വണ്ടിയാണ് ആദ്യം വന്നത്. ആറേകാലിനാണ് തെക്കോട്ടുള്ള വണ്ടി. ഇനിയുമുണ്ട് സമയം. എങ്കിലും വടക്കോട്ടുള്ള വണ്ടി വന്നുനിന്നതും അവൾ തിടു ക്കത്തിൽ അതിൽ കയറി. എന്തിനെന്നറിയില്ല, അങ്ങനെ തോന്നി.

കണ്ടക്ടർ ടിക്കറ്റ് ചോദിച്ചു വന്നപ്പോഴും അറിയില്ല, എവിടേക്കെന്ന്. കൈയിലിരുന്ന നോട്ട് കൊടുത്തിട്ട് വണ്ടി എത്തിച്ചേരുന്ന ഇടത്തേ ക്കെന്ന് ആംഗ്യം കാണിച്ചു. അയാൾ കൗതുകത്തോടെ നോക്കി അടുത്ത സീറ്റിലേക്ക് പോയി. സത്യത്തിൽ അവൾക്കറിയില്ലായിരുന്നു, യാത്ര എവിടേക്കെന്ന്. സൈഡ് സീറ്റ് തരപ്പെട്ടതുകൊണ്ട് ഇരിപ്പ് സുഖായി. അടുത്താരുമില്ല. കിഴക്കുനിന്നുള്ള ചെറുകാറ്റും തലേന്നാളിലെ ഉറക്ക ച്ചടവും കൺപോളകളെ മെല്ലെയടച്ചു.

''ഉറങ്ങിക്കോളൂ. ഇനീം രാത്രി മുഴ്വോൻ ഉണർന്നിരിക്കാനുള്ളതല്ലേ?''

ആരോ ചെവിയിലോതുന്നു. ആരാത്? അവൾ പാതിമിഴി വിടർത്തി നോക്കി. പാരിജാതത്തിന്റെ ആ വാസന ഇപ്പഴും? കണ്ണുകൾ പിന്നെയുമടഞ്ഞു.

ഏറെ ദൂരം പിന്നിട്ട്, ഇരുപാടും മരങ്ങൾ ഇടതിങ്ങിയ കാട്ടുപാതയിൽ വണ്ടി എത്തിയതും ആരോ കുലുക്കിയുണർത്തിയതുപോലെ മയക്കം വിട്ടുണർന്നു. അപരിചിതമായ ഏതോ ഒരിടം. അല്പമകലെ ഒരു കുന്നു കാണാം. കുന്നിന്റെ ഉച്ചിയിൽ മുടിയാട്ടം നടത്തുന്ന പനങ്കാടുകൾ. ആകാശത്തിന്റെ തെളിമയിലേക്ക് മുടി ചുഴറ്റിയാടുന്ന പനന്തലപ്പുകൾ. ചൂരലും മുൾപ്പടർപ്പുകളും ഇടതൂർന്ന കുറ്റിക്കാടുകൾ. വണ്ടി ഒരു വളവു തിരിഞ്ഞതും അവൾ ചാടിയെണീറ്റു.

''ആളെറങ്ങനം.''

ആളുകൾ അമ്പരപ്പോടെ നോക്കി.

''ആളെറങ്ങാനൊണ്ട്.'' അവൾ തിടുക്കം കൂട്ടി.

''ഒറക്കപ്പിച്ചാവും'' എതിർ സീറ്റിലിരുന്ന വൃദ്ധൻ ചുറ്റും നോക്കി ചിരിച്ചു. ''വണ്ടീ കേറ്യത് മൊതല് അന്തംവിട്ട് ഒറക്കാർന്നേ.''

സഹയാത്രികരിൽ ചിലർ ഉറക്കെ ചിരിച്ചു.

''ഇതെവ്ടാ സ്ഥലോന്നറിയ്യോ?'' ആരോ ചോദിച്ചു. ''മാനും മാൻ ജാതീം ഇല്ലാത്ത എടവാ. എറങ്ങി നോക്ക്. പൊടിപോലും കാണത്തില്ല.''

''വണ്ടി നിർത്താനല്ലേ പറഞ്ഞത്?'' അവൾ ക്ഷുഭിതയായി. കണ്ണുകളിൽ കോപം നുരച്ചു. ''എനിക്കെറങ്ങണം.''

ആളുകൾ സ്തബ്ധരായി.

കണ്ടക്ടർ അരികിലേക്ക് വന്ന് സൗമ്യമായി പറഞ്ഞു. ''കുട്ടി ഇവിടേക്കല്ലല്ലോ ടിക്കറ്റെടുത്തത്.''

''അത് നിങ്ങളെന്തിനാ അറ്യണേ?'' അവൾ തർക്കിച്ചു.

''അതോണ്ടല്ല'' അയാൾ നയത്തിൽ പറഞ്ഞു. ''അത്ര പന്തിയല്ല, ഈ സ്ഥലം.''

''പട്ടാപ്പകലോ?'' അവൾ പരിഹസിച്ചു. ''എനിക്കെറങ്ങിയേ തീരൂ.''

''എന്താ ചെയ്ക?'' കണ്ടക്ടർ നിസ്സഹായനായി ചുറ്റും നോക്കി.

''അങ്ങെറക്കി വിടാശാനേ'' അതുവരെ മിണ്ടാതിരുന്ന ഡ്രൈവർ ബ്രേക്ക് ചവിട്ടി നിർത്തി. ''പോയി തൊലയട്ട്.''

വണ്ടി നിന്നതും ബാഗുമെടുത്ത് ചാടിയിറങ്ങി. അതിവേഗം വന്ന വഴിയേ പിന്നിലേക്ക് നടന്നു. അവൾക്ക് ഇറങ്ങേണ്ടിയിരുന്ന ഇടത്തു നിന്നും വണ്ടി കുറേ ദൂരം മുന്നിലെത്തിയിരുന്നു. ആൾക്കാർ തല പുറത്തേക്കിട്ടു നോക്കി. യാതൊരു കൂസലുമില്ലാതെ നടന്നുപോവുകയാണവൾ. നിരത്ത് വിജനമായിരുന്നു.

ചീവീടുകളുടേയും ഒറ്റപ്പെട്ട ചില പക്ഷികളുടേയും ഒച്ചയല്ലാതെ, ഇടയ്ക്കിടെ മുളങ്കൂട്ടങ്ങൾ കൂട്ടിയുരുമ്മുന്ന മർമ്മരം. നിരത്തിൽനിന്ന് താഴേക്കൊരു കാട്ടുപാത തെളിഞ്ഞതും അവൾ നിന്നു. അവളുടെ വരവ് കാത്തെന്നപോലെ അവിടെയൊരു കാളവണ്ടി. അവൾക്ക് കയറാൻ പാകത്തിൽ പിൻഭാഗം ചരിച്ചുനിർത്തിയിരുന്നു. ഒന്നും ആലോചിക്കാൻ നില്ക്കാതെ അവൾ അതിനകത്തു കയറി ഇരിപ്പുറപ്പിച്ചു. വണ്ടി ഒന്നിളകി. കാളകൾ ഉഷാറായി.

എവിടെനിന്നോ ഒരു വളകിലുക്കം. അന്നേരമാണ് മുന്നിലെ മറയ്ക്കപ്പുറം കണ്ടത്. വണ്ടി തെളിക്കുന്നതൊരു പെണ്ണാണ്. വണ്ടി ഇളകിയതും പനങ്കുലപോലത്തെ അവളുടെ മുടി ഉലഞ്ഞു.

''വഴി അറ്യാല്ലോ?'' അവൾ മുന്നിലേക്ക് തല നീട്ടി.

''അറ്യാതെ?'' മുന്നിലിരുന്നവൾ പിന്നിലേക്ക് നോക്കി ചിരിച്ചു. അവളുടെ നീൾമിഴികളിൽ നക്ഷത്രത്തിളക്കം.

''ചോദിച്ചെന്നേയുള്ളൂ'' അവൾ പറഞ്ഞു. ''എനിക്കറീം വഴിയറീംന്ന്. ജാതേട്ടൻ എത്ര നേരായി കാത്തിരിക്കയാവും.''

മുന്നിലിരുന്നവൾ അതുകേട്ട് ചിരിച്ചു. ''ആവും.''

''എപ്പഴാ ഇനി അങ്ങെത്തുക?'' അവൾ സ്വയം ചോദിച്ചു.

''കാണാഞ്ഞിട്ട് തിടുക്കായോ?'' മുന്നിലിരുന്നവൾ ചിരിച്ചു.

അന്നേരമാണ് ആലോചിച്ചത്.

ഈശ്വരാ, സെമിനാർ എപ്പഴാവും തുടങ്ങുക?

എവിടേക്കാണീ യാത്ര?

പതിനഞ്ച്

പിന്നീടാണറിഞ്ഞത്. മുന്നിൽ വണ്ടി തെളിക്കാനാരുമില്ല. വഴി നിശ്ചയമുള്ളതുപോലെ അതിവേഗം പായുകയാണ് വണ്ടിക്കാളകൾ. അപ്പോമുന്നേ കണ്ട ആ പെണ്ണോ? പനങ്കുല പോലത്തെ മുടിയുലച്ച് പിന്നിലേക്ക് നോക്കി അവൾ ചിരിച്ചതോ? വെറും തോന്നലായിരുന്നോ? വെളിച്ചം കടന്നുവരാത്ത ഏതോ കാട്ടുവഴിയിലൂടെയാണ് കുറേ നേരമായി വണ്ടി പായുന്നത്.

ഇടതിങ്ങിയ കാട്. ഇങ്ങനെയുമുണ്ടോ കാട്? ചീവീടുകളുടെ ഒച്ച. പേടി തോന്നിപ്പിക്കുന്ന അനക്കങ്ങൾ. കുന്നിന്റെ താഴ്വാരത്തിലേക്ക് കുത്തനെ വണ്ടിയിറങ്ങി. ഒരേസമയം ആശങ്കയും അമ്പരപ്പുമുണ്ടായി. കാളകളുടെ ചുവടൊന്നു തെറ്റിയാൽ എന്തായിരിക്കും കഥ?

കിഴുക്കാംതൂക്കായ കുന്നിൻചരിവിലൂടെ കൂസലില്ലാതെ താഴേക്ക് പായുകയാണവ. വീഴാതിരിക്കാൻ ആയാസപ്പെട്ട് വണ്ടിയുടെ വരികളിൽ മുറുകെ പിടിച്ചു. കാളകൾ താഴേക്ക് കൂപ്പുകുത്തുകയാണ്.

വണ്ടിത്തട്ടിലിരുന്ന് ആരോ അവറ്റകളെ അടിച്ചുപായിക്കും പോലെ. താഴെ പുഴയുടെ നേർക്കാണ് കുതിപ്പ്. അടുത്ത നിമിഷം വണ്ടി പുഴയിൽ വീണതുതന്നെ. അവൾ കണ്ണുകൾ പൂട്ടിയിരുന്നു. കാളകൾ പറക്കുകയാണോ? വണ്ടി അടിമുടി ഉലയുന്നു. വണ്ടിയുടെ കടകട ശബ്ദം നിലച്ചോ? കാളകൾ അണയ്ക്കുന്നു. അവൾ കണ്ണുതുറന്നു നോക്കി. പുഴയ്ക്കു കുറുകെ ഒരു ചങ്ങാടത്തിലാണ് വണ്ടി.

ചങ്ങാടം തനിയെ മറുകരയിലേക്ക്. കാളകൾ അയവെട്ടുന്നു. കടവായിൽനിന്ന് നുരയും പതയും ഒലിച്ചിറങ്ങുന്നു. ചങ്ങാടം പുഴ കടന്നതും കാത്തുനില്ക്കാതെ പിന്നെയും അവ ഓട്ടം തുടർന്നു. വീണ്ടും കരിയിലകൾ അടിഞ്ഞുകൂടിയ കാട്ടുപാതയിലൂടെ. വണ്ടിയുടെ പാച്ചിലിൽ ഇലകൾ പറന്നുയർന്നു. പിന്നിലേക്ക് നോക്കിയപ്പോൾ കൗതുകം തോന്നി. കരിയിലകൾ വണ്ടിയുടെ പിന്നാലെ പാഞ്ഞുവരികയാണ്.

ആരോ ഊതിവിട്ടപോലെ. പഴയൊരു മാളികപ്പുരയുടെ മുന്നിലെത്തി വണ്ടി നിന്നു.

അവൾ ബാഗുമെടുത്ത് പുറത്തിറങ്ങി. സെമിനാർ തുടങ്ങിക്കാണുമോ? ആരേയും കാണാനില്ലല്ലോ. വാച്ചിൽ നോക്കി. സൂചികൾ അനങ്ങുന്നേയില്ല.

ആറുമണിക്കേ അവ നിലച്ചിരിക്കുന്നു. എവിടെയാവും സെമിനാർ? അവൾ മുകളിലേക്ക് നോക്കി. നൂറ്റാണ്ടുകൾ പഴക്കമുണ്ടാവണം. മുകളിലേതോ മുറിയിൽ നിന്നൊരു വീണയുടെ ഞരക്കം കാതിൽ പതിച്ചോ? ശ്രുതിക്കമ്പികളിൽ അറിയാതാരോ വിരൽ ഞൊട്ടിയതുപോലെ? ബിരുഡകൾ മുറുക്കിയതും...

ആരോ മുകളിലുണ്ടാവണം. ആ കാണണത് കോണിപ്പടിയല്ലേ? അതുവഴി മേലേക്കു കേറിയാലോ? യാത്ര ചെയ്തു മുഷിഞ്ഞതല്ലേ? കുളിച്ച് വേഷൊക്കെ മാറി ഇത്തിരി നേരം മയങ്ങിയാലോ? അതു കഴിഞ്ഞാവാം സെമിനാർ. താഴെ ആരേം കാണാനില്ലല്ലോ. എവിടെപ്പോയി എല്ലാരും?

ഓ, പകലാണല്ലോ. ഇവിടേള്ളോരാരും പകൽവെട്ടത്തു പുറത്തു വരില്ലാന്നുണ്ടോ? അവൾ ബാഗുമെടുത്തു കോണി കയറി. ഇടനാഴി കടന്ന് നേരെ കണ്ട മുറിയിലേക്കവൾ നിദ്രാടനത്തിലെന്നപോലെ നടന്നു.

അകത്ത് ഇരുട്ടാണ്. മൂന്നു പാനീസ് വിളക്കുകൾ തൂക്കിയിട്ട വിശാലമായ ആ മുറിക്ക് പഴമയുടെ ഗന്ധമായിരുന്നു. നടുവിലായി തുമ്പപ്പൂ നിറമുള്ള തല്പത്തിനരികെ അതിപ്രാചീനമായൊരു വീണ. വിചിത്രമായ കൊത്തുപണി ചെയ്ത വ്യാളീമുഖം.

അവൾ തല്പത്തിലിരുന്ന് വീണ മടിയിലേറ്റി വച്ചു. വ്യാളീമുഖത്തിന്റെ ഇരുവശവും ബിരുഡകളിൽ തുടങ്ങുന്ന ശ്രുതിക്കമ്പികൾ ആരോ മുറുക്കിവച്ചിരുന്നു. വലതുകൈ ചൂണ്ടുവിരലും നടുവിരലുമിളക്കി ശ്രുതിക്കമ്പികളെ ഉണർത്തി. അലൗകികമായ നാദം വീണയിൽനിന്നുതിർന്നു. ലങ്കർ കമ്പികളിലെ പിച്ചള വളയങ്ങളിൽ കുറേശ്ശെ ക്ലാവ് പടർന്നിരുന്നോ? താളക്കമ്പികൾക്കുമില്ലേ, പഴക്കം? അവൾ ബിരുഡകൾ അല്പമയച്ചു. സ്വരസ്ഥാനങ്ങൾ ഉറപ്പിച്ചു. സ്വരക്രമത്തിൽ കമ്പികളെ മുറുക്കി. അരികിലാരോ കാതോർത്തിരിക്കുന്നുവോ. ജാതവേദൻ എവിടെയോ ഒളിച്ചിരിപ്പുണ്ടോ?

അവൾ ചുറ്റും തിരഞ്ഞു. വെളിയാടകൾ കാറ്റിലിളകുന്നു. പഴമയുടെ ഗന്ധവുമായി അലിഞ്ഞുചേർന്ന് ഏതോ സൗരഭ്യം അരികിലെവിടെയോ...

ഇത്ര ദൂരം യാത്ര ചെയ്തു വന്നതല്ലേ, ആരോ പറയുന്നു. കുളിച്ചീറൻ മാറീട്ടാവാം. അവൾക്കുമത് ശരിയെന്നു തോന്നി. വീണ പീഠത്തിൽ വച്ച് അവളെണീറ്റു.

എപ്പഴോ ഒരു തൂവൽസ്പർശമാണ് ഉണർത്തിയത്. കുളികഴിഞ്ഞ് അറിയാതെ മയങ്ങിപ്പോയി. ഉണർന്നു നോക്കിയപ്പോൾ അതിശയം! ഏതാണീ വേഷം? മേഘലങ്ങൾ കണക്കെ ഒഴുകിയിറങ്ങിയ ഉടയാടകൾ. അപ്പൂപ്പൻതാടികൾ തുന്നിച്ചേർത്ത മാതിരി. മഞ്ഞുപോലത്തെ നേർമ. നിലക്കണ്ണാടിയുടെ മുന്നിൽ വന്നുനിന്നതും അതിശയം ഇരട്ടിച്ചു.

കണ്ണുകൾക്ക് നടുവിലായി, മൂന്നാംകണ്ണുപോലെ സിന്ദൂരത്തിലകം ചാർത്തിയതാര്? മുടിയിഴകളിൽ മുല്ലപ്പൂക്കൾ.

തോൾവളയങ്ങളായി പിച്ചകപ്പൂക്കൾ. മാറിൽ ചെമ്പനീർ പൂക്കൾ

മുറിയിലെങ്ങും സുഗന്ധധൂപത്തിന്റെ ചുരുളുകൾ. മേലാകെ ചന്ദനഗന്ധം. ആരാണിതൊക്കേം ചെയ്തത്? ആരെ തേടിയാണ് താനിവിടേക്ക് വന്നത്? താനാരാണ്? ഒന്നുമോർക്കണില്ലല്ലോ.

''നീ അളകനന്ദ.''കഴുത്തിന്റെ പിന്നിലൂടൊരു തൂവൽസ്പർശം.

''അളകനന്ദ?''

അവൾ ആശ്ചര്യത്തോടെ നിലക്കണ്ണാടിയിൽ നോക്കി. ആരേയും കാണാനില്ലല്ലോ? ''അതെ. നീ അളകനന്ദ.'' ആരോ പീലിത്തുമ്പാൽ തലോടുന്നതുപോലെ. തൂവൽസ്പർശം ഉടലിലേക്കൊഴുകിയിറങ്ങി. അവൾ പിന്തിരിഞ്ഞു നോക്കി. ഏതോ ഗന്ധർവൻ! ഒത്ത ആളുയരം. നീണ്ടുയർന്ന നാസിക. മുന്നോട്ടുവളഞ്ഞ താടി മീശ. തീക്ഷ്ണമായ കണ്ണുകൾ. അവൾ ആകാംക്ഷയോടെ നോക്കി. ഗന്ധർവൻ കൈകൾ നീട്ടി അവളെ മാറോടു ചേർത്തു.

''തിരിച്ചറിയാനാവണില്ലേ നിനക്ക്?''

അവൾ ഇല്ലെന്നു തലയാട്ടി. പിന്നെ ഇമകൾ മെല്ലെയടച്ച് മാറിലേക്ക് മുഖമമർത്തി. അയാൾ ചുറ്റിവരിഞ്ഞു.

''നീയായിരിക്കും ആ കന്യകയെന്ന് ഞാനൂഹിച്ചിരുന്നു.'' അയാൾ അവളുടെ നിറുകയിൽ ചുംബിച്ചു. ''ഏഴു കമ്പികളും മുറുക്കിയ വീണ പോലെയാണ് കന്യക. ഞൊടിമാത്രയിൽ അവളിൽ ശ്രുതിയുണരുമെന്നു കേട്ടിട്ടുണ്ട്... നീയാവട്ടെ, രുദ്രവീണയും...''

അവൾ അതിന്റെ പൊരുളറിയാതെ സാകൂതം നോക്കി. അയാൾ മിഴികളുയർത്തി ധ്യാനത്തിലെന്നോണം മന്ത്രിച്ചു.

''ദേവീ, നിന്നിലേക്കു നീയെന്നെ ആവാഹിച്ചാലും.''

അവളൊന്നുലഞ്ഞുവോ? വെളിയാടകളിൽ കാറ്റുലഞ്ഞു. തുറന്നിട്ട വാതായനങ്ങൾ താനേ കൊട്ടിയടഞ്ഞു. മുറിയിലെങ്ങും അലൗകികമായൊരു സൗരഭ്യം പരന്നു. അവളുടെ മുഖം ദീപ്തമായി. അയാളുടെ വിരൽത്തുമ്പുകൾ അവളുടെ മുടിയിഴകൾക്കിടയിലൂടെ ഒഴുകിയിറങ്ങി. ആർത്തിയോടെ അയാളെ തന്നിലേക്കടുപ്പിക്കുന്നതിനിടെ അവൾ മൊഴിഞ്ഞു.

''ഞാനിതാ വന്നിരിക്കുന്നു. ഭൂമിയിലെ ജാതവേദനെ എന്നിലേക്കാവാഹിക്കാൻ...''

അവളുടെ വിരലുകൾ അയാളിൽ ശ്രുതിക്കമ്പികളിലെന്നപോലെ തെന്നിമാറി. ചെറുവിരൽ താളക്കമ്പികൾ മീട്ടി.

''ഞാനറിയുന്നു.'' അയാൾ പറഞ്ഞു. ''നീ ശ്രീരഞ്ജിനിയല്ല, അളകനന്ദ...''

''അതെ.'' അവൾ മന്ത്രിച്ചു.

''ഞാൻ അളകനന്ദ.''

പതിനാറ്

നാലമ്പലത്തിനു വലംവയ്ക്കുന്നതിനിടയിലാണ് കണ്ടത്. ഒന്നേ കണ്ടുള്ളൂ. അപ്പോഴേക്കും വളവ് തിരിഞ്ഞു. അത് ജയഗോപൻ തന്നെ. മുഴുവനോടെ കാണണംന്നില്ല. പപ്പിക്ക് ഗോപനെ തിരിച്ചറിയാൻ.

''ആ നിഴല് കണ്ടാ മതി. കൂടെയില്ലെന്നുവച്ച് മനസ്സീന്ന് ഒരു നേരം താഴെ വച്ചിട്ടുണ്ടോ, ഇത്ര കാലായിട്ടും? ഈ ജന്മത്തിലതിനു കഴിയ്യോ? ഓരോ ശ്വാസഗതിയിലും. ഓരോ നിമിഷം ദേവൂനെ കൺമുമ്പീ കാണു മ്പഴും.

വാസവേട്ടന്റെ മുന്നിൽ ഒരു പെണ്ണിന്റെ തലയെടുപ്പോടെ നില്ക്കാൻ കെല്പുതന്നത് ഈയൊരാളല്ലേ? പ്രണയിച്ച പുരുഷനിൽനിന്നു തട്ടി യെടുത്തവനോട് ഇതിൽപരം ഒരു പെണ്ണിന് എന്താ പ്രതികാരം ചെയ്യാ നാവുക? അതല്ലേ പത്മ ചെയ്തേ? ഓർക്കുമ്പോ ഇപ്പഴും അഭിമാനാ തോന്നുന്നേ. ആ രാപകലുകൾ. അഞ്ച് യുഗങ്ങൾ ഒരുമിച്ച് ജീവിച്ച പോലെ. ഹോസ്റ്റലീന്ന് വീട്ടിലേക്കെന്നു പറഞ്ഞുപോയത്. എന്നിട്ടും കൊതി ഇപ്പഴും ബാക്കി നില്ക്കുകയാണ്. ഗോപൻ എങ്ങോട്ടാവും പോയി മറഞ്ഞത്? ചുറ്റമ്പലത്തിന്റെ നടവഴിയേ അതിവേഗം നടന്നു. വളവു തിരിഞ്ഞതും ദാ, ജയഗോപൻ നവഗ്രഹങ്ങൾക്ക് വലംവയ്ക്കുന്നു. ഓടിക്കിതച്ച് അരികിലെത്തി. അയാൾ സൂര്യനെ പ്രണമിച്ചു തിരിഞ്ഞതും മുന്നിലെത്തിയിരുന്നു. അയാൾ മുന്നോട്ടുവച്ച ചുവടിൽ അതേപടി നിന്നുപോയി.

''പപ്പീ...'' അയാൾ മന്ത്രിച്ചു.

''ഗോപന് എന്നെ കണ്ടതും തിരിച്ചറിയാനായോ?''

''അറിയാതെ? സത്യത്തിൽ പപ്പിയെ തേടിയാ ഞാൻ വന്നത്.''

അയാൾ അവളെ നോക്കിയപാടെ നിന്നു. നെറ്റിയുടെ മേലേക്ക് മുടി കൊഴിഞ്ഞുതുടങ്ങിയിരുന്നു. മേൽമുണ്ടിനടിയിലൂടെ മാറിലെ രോമ ത്തിന്റെ കറുപ്പിന് കട്ടികൂടിയതായി തോന്നി.

''ഏയ്, അത് പുളു.'' അവൾ പറഞ്ഞു.

''ഇത്രകാലായിട്ടും ഒന്നന്വേഷിക്കാൻ തോന്നാത്തയാളാ.''

''ആരു പറഞ്ഞു, ഇല്ലാന്ന്?'' അയാൾ നേർമയോടെ ചിരിച്ചു. ''ഒക്കെ അറിയുന്നു. കാണണുവൊണ്ട്.. ദേവൂന്റെ പഠിപ്പുൾപ്പെടെ.''

''എങ്ങനെ?'' അവൾ അമ്പരപ്പോടെ ചോദിച്ചു.

''അതു ചോദിക്കരുത്. അതൊക്കെ എന്റെ ധർമ്മം'' അയാൾ ചിരിച്ചു. ''പപ്പീടെ ജീവിതത്തിൽ ഇടപെടാതെ തന്നെ എനിക്കതിനു കഴീം.''

''മതി. ഇനിയൊന്നും പറേര്ത്.'' അവൾ വിലക്കി. ''എനിക്ക് താങ്ങാനാവില്ല.''

''നമുക്കെന്നാ നടക്കാം.'' അയാൾ ക്ഷണിച്ചു. അവൾ ഒപ്പം നടന്നു.

കുറച്ചുനേരം ആരുമൊന്നും മിണ്ടിയില്ല. പിന്നെ അയാൾ ചോദിച്ചു. ''ജാതവേദൻ വന്നൂ, ല്ലേ?''

''ങും. എങ്ങനറിഞ്ഞു?'' അവൾ അമ്പരന്നു.

''അറിഞ്ഞു.'' അയാൾ പിന്നെയും ചിരിച്ചു. ''പറഞ്ഞല്ലോ, എല്ലാം ഞാനറിയണൊണ്ട്.''

കരിങ്കൽ പാകിയ നടവഴിയിലൂടെ അയാളുടെ നിഴൽപറ്റി അവൾ നടന്നു. ഇടത്തോട്ടു ചാഞ്ഞു പതിച്ച അയാളുടെ നിഴലിൽ അവളുടെ നിഴൽ അലിഞ്ഞു ചേർന്നു.

''ഗോപന്റെ കാര്യങ്ങളൊന്നും പറഞ്ഞില്ല.'' അവൾ അയാളെ നോക്കി.

''എന്റെ കാര്യം'' അയാൾ തെല്ലിട മൗനം പൂണ്ടു. ''പപ്പിക്ക് എന്താ അറ്യേണ്ടെ?''

എന്താ ചോദിക്ക്ക, എല്ലാം അറിയണമെന്നുണ്ട്.

ജോലി, കുടുംബം, സംഗീതം. അതറിഞ്ഞിട്ടെന്നോണം അയാൾ പറഞ്ഞു.

''പപ്പീ, എന്റെ പാട്ടു നിന്നുപോയി.''

''ഈശ്വരാ, അതെങ്ങനെ?''

അവൾ ഉത്കണ്ഠയോടെ നോക്കി.

അയാൾ ചിരിച്ചു. ''ഓർക്കുമ്പോ ചിരിക്കാനാ തോന്നുക. ഒരു യാത്രയ്ക്കിടെ എന്റെ ഇടയ്ക്ക ആരോ തട്ടിയെടുത്തു. താഴെ വയ്ക്കാതെ ഞാൻ കൊണ്ടുനടന്നിരുന്ന ആ തോൾ സഞ്ചിയില്ലേ, അതിലായിരുന്നു. ഇടയ്ക്കയ്ക്ക് വേണ്ടിയായിരിക്കില്ല. സഞ്ചിയുടെ കനം കണ്ടാവണം.''

''ഒരിടയ്ക്ക പോയാല് വേറൊരിടയ്ക്ക.''

അവൾ ഒന്നുമോർക്കാതെ പറഞ്ഞു. ‘‘എന്നാലും പാട്ടു നിർത്തരുതായിരുന്നു.’’

‘‘ദൈവം മറിച്ചാണ് കരുതിയത്.’’ അയാൾ അവളെ നോക്കി. എന്റെ സ്വരനാളിക്ക് അണുബാധ സമ്മാനിച്ചു. നാലഞ്ച് മാസത്തോളം നീണ്ട ചികിത്സേം മൗനവ്രതോം കഴിഞ്ഞപ്പോ ആ സിദ്ധി തിരിച്ചെടുത്തിരുന്നു.’’

‘‘ഈശ്വരാ...’’ അവൾ ഓർക്കാതെ അയാൾ വിരലുകളിൽ മുറുകെ പിടിച്ചു. ‘‘ഞാനെന്തായീ കേക്കണേ...’’

പെട്ടെന്നവൾ വിരലുകൾ വിടുവിച്ചു. ‘‘ഞാനോർക്കാതെ...’’

അയാൾ ചിരിച്ചു. ‘‘പപ്പി ഒരുപാട് മാറിയിരിക്കുന്നു.’’

‘‘അതല്ല.’’ അവൾ ജാള്യം മറയ്ക്കാനായി പറഞ്ഞു.

‘‘നമ്മളിപ്പോ പഴയ നമ്മളല്ലല്ലോ.’’

അതിനയാൾ എന്തോ മറുപടി പറയാനൊരുങ്ങവേ ഒരു പൂമ്പാറ്റ പാറി വന്നു.

‘‘രാധ.’’ അയാളവളെ ചേർത്തുനിർത്തി. ‘‘മയിലുകളുടെ കൂടിനരികിലായിരുന്നു അല്ലേ?’’

‘‘ങും.’’ അവൾ മൂളി.

‘‘രാധ!’’

അവൾ അമ്പരപ്പോടെ നോക്കി. കൊച്ചുന്നാളിലെ ദേവൂനെപ്പോലെ.

‘‘മോള്ടെ അമ്മ?’’

അവൾ ചുറ്റും നോക്കി. അതിനു മറുപടിയായി രാധ മുകളിലേക്ക് വിരൽ ചൂണ്ടി.

‘‘പോയി.’’ അയാളുടെ ചുണ്ടിൽ ഈറൻ ചിരി പടർന്നു. ഇനീപ്പോ ഞാൻ തന്നെ, അവള്ടെ അമ്മേം അച്ഛനും. ഒരു കാറപകടത്തിലായിരുന്നു. ശ്യാമ ഓൺ ദ സ്പോട്ടിൽ. ഞങ്ങൾ രണ്ടാളും കഷ്ടിച്ച് ആശുപത്രീലെത്തി.. വേണ്ടീര്ന്നില്ല. മൂന്നാളും ഒരുമിച്ച്. അതായിരുന്നു ഭേദം.’’

‘‘അങ്ങനെ പറേരുത്. അതോണ്ടല്ലേ നമുക്കിപ്പോ.’’

‘‘എന്തിന്?’’

‘‘ദൈവം എന്താ നെനച്ചിരിക്കുന്നേന്ന് നമുക്കറീല്ലല്ലോ.’’

അവൾ എന്തോ ഓർത്തിട്ടെന്നോണം പറഞ്ഞു.

‘‘ഇനിയോ?’’ അയാൾ സ്വയം ചോദിച്ചു. ‘‘ദൈവത്തിനു മടുത്തിട്ടുണ്ടാവില്ലേ തമാശകൾ?’’

അതിനു മറുപടി പറയാതെ അവൾ രാധയെ അയാളിൽ നിന്നടർത്തി മാറ്റി തന്നോടു ചേർത്തു നിർത്തി. ''ഇവളെ ഞാനെടുത്തോട്ടെ, ദേവൂന് അനിയത്തിയായി?''

അതു കേട്ടതും രാധ തെന്നിമാറി അയാളോട് ഒട്ടി നിന്നു.

''കണ്ടില്ലേ,'' അയാൾ പറഞ്ഞു. ''ഇവൾ ഞാനില്ലാതെ ഒരു നിമിഷം പോലും... സാരമില്ല. ഇനീം കാണാല്ലോ, ദൈവം നിനച്ചിട്ടുണ്ടേൽ.''

''എപ്പഴാ ഇനീം കാണാനാവുക?''

അവൾ ആകാംക്ഷയോടെ ചോദിച്ചു.

''പപ്പിക്ക് എപ്പഴാ വേണ്ടേ അപ്പോ. പപ്പി മനസ്സീ വിചാരിച്ചാ മതി.''

''ഓ. പറഞ്ഞില്ലല്ലോ. എനിക്കിവിടെ ബാങ്കിലേക്ക് മാറ്റായി .''

അയാൾ രാധയുടെ വിരലുകളിൽ പിടിച്ച് യാത്ര പറഞ്ഞകലുന്നതും നോക്കി അവൾ നിന്നു.

പിന്നിൽ ആൾപ്പെരുമാറ്റം കേട്ട് തിരിഞ്ഞുനോക്കുമ്പോ സുകന്യ.

''പപ്പേച്ചി ആരെയാ നോക്കി നില്ക്കുന്നേ?''

''ദാ, കണ്ടില്ലേ...''

ദൂരേക്ക് ചൂണ്ടി. ''ദാ, മറഞ്ഞു. ഇത്ര നേരോം ഇവിടേണ്ടാര്ന്നു. ഗോപനും മോള് രാധേം. ആ കുട്ടി നമ്മുടെ ദേവു കൊച്ചുന്നാളിലിരുന്ന പോലെ.''

''എവിടെ?'' സുകന്യ അകലേക്ക് നോക്കി.

ക്ഷേത്രമതിൽ അവസാനിക്കുന്നിടത്തെ ആ തുരുമ്പിച്ച ഗേറ്റ് എത്രയോ കാലമായി അടഞ്ഞു കിടക്കുന്നതാവണം.

''അതുവഴിയാണോ പോയത്?'' അവൾ ചോദിച്ചു.

''ഉം.''

''ദാ, കണ്ടില്ലേ, അതുവഴി.''

''അതടഞ്ഞു കിടക്കുകയല്ലേ, പപ്പേച്ചീ?'' സുകന്യ ചോദിച്ചു.

അവർ നോക്കി. നേരാണ്.

''ന്റെ കൃഷ്ണാ, ഗോപനെങ്ങനെ അതുവഴി കടന്നു?''

പതിനേഴ്

വായനയ്ക്ക് സ്വസ്ഥമായൊരിടം തേടിയാണ് സുകന്യ കാവിലെത്തിയത്. റോബർട്ട് കാസ്റ്റൻബാമിന്റെ പുസ്തകം. 'മരണാനന്തരം ജീവിതമുണ്ടോ?' എത്രയോ വട്ടമായി കൈയിലെടുക്കുന്നു. ശ്രദ്ധ കിട്ടുന്നില്ല. ആരോടും പറഞ്ഞില്ല. ദേവുപോലും അറിഞ്ഞില്ല. അറിഞ്ഞാൽ അവൾ കാവിലേക്കടുക്കാൻ സമ്മതിക്കില്ല. കാവെന്നു കേട്ടാൽ പാവത്തിനിപ്പോൾ പേടിയാണ്. സത്യത്തിൽ ഇത്രയും സ്വച്ഛമായൊരിടം വേറെയില്ല... സുകന്യയ്ക്ക് നന്നേ പിടിച്ചു. ഉച്ചവെയിൽ ചാഞ്ഞു തുടങ്ങിയിട്ടേയുള്ളൂ. കാവിൽ ഇരുൾ നിഴൽ വിരിച്ചു തുടങ്ങിയിരുന്നു. ചെറുതായി ഒരു കാറ്റുവന്നതും ഇലഞ്ഞി പൂത്തമണം.

"ഹാ..."

അവളത് ഉള്ളിലേക്കാവാഹിച്ചു. ഇലഞ്ഞിപ്പൂക്കൾ നക്ഷത്രക്കുഞ്ഞുങ്ങളെപ്പോലെ നിലത്താകെ ഉതിർന്നുകിടക്കുന്നു. അവൾ ചെരിപ്പ് ദൂരെ ഊരിവെച്ച് പൂക്കൾക്ക് നോവാതെ കരുതലോടെ നടന്നു. കാവ് അശുദ്ധാക്കിക്കൂടാ. ജൈവവൈവിധ്യങ്ങളുടെ കലവറയാണ് കാവുകൾ. ഉള്ളിന്റെ ഉള്ളിലെവിടെയോ കാവുകളോട് ഒരാദരവ്. അതു പറിച്ചു മാറ്റാനാവില്ല. അതോണ്ടല്ലേ. കുളിച്ചു ശുദ്ധായി കാവിലേക്ക് വരാൻ മനസ്സ് തോന്നിച്ചത്. അവൾ ഇലഞ്ഞിയുടെ നേർക്ക് നടന്നു.

ഇടതിങ്ങിയ പടർപ്പുകളും ചെറുമരങ്ങളും. താഴേക്ക് ഞാന്ന് വള്ളികൾ. ഒത്ത നടുവിലാണ് വയസ്സൻ ഇലഞ്ഞി. പണ്ടെങ്ങോ കെട്ടിയതാവണം. വേരുകൾ ചുറ്റിപ്പിണഞ്ഞ തറ. പിന്നിലാണ് നാഗങ്ങൾ നീരാടുന്ന കുളം. ഉതിർന്നുവീണ പൂക്കളും ഇലകളും വകഞ്ഞൊതുക്കി അവൾ ഇലഞ്ഞിത്തറയിലിരുന്നു. പുസ്തകം തുറന്നു മടിയിൽവച്ചു.

മരണമെന്ന നാല്ക്കവലയിലൂടെ കടന്നുപോയ പലർക്കുമുണ്ടായ അനുഭവങ്ങൾ. ഇരുണ്ട തുരങ്കത്തിലൂടെയുള്ള നീണ്ട യാത്ര. പ്രിയപ്പെട്ടവരെ തേടി പരേതാത്മാക്കളുടെ കാത്തുനില്പ്പ്. അരൂപികളായ പ്രിയപ്പെട്ടവരുടെ അകമ്പടി. തുരങ്കം അവസാനിക്കുന്നിടത്ത് തെളിയുന്ന

അലൗകികമായ പ്രകാശം. ''മരണത്തെ ഭയക്കേണ്ടതില്ല.'' ഒരിക്കൽ അതിജീവിച്ചവർ പറയുന്നു. ''മരണം യഥാർഥത്തിൽ അന്ത്യമല്ല.''

കാസ്റ്റൻബാം വരച്ചുകാട്ടിയ [1]പ്രാപഞ്ചികമായ ആത്മീയാനുഭവത്തിൽ മനസ്സ് തങ്ങിനിന്നു. മരണശേഷം മതത്തിന്റെ അതിർവരമ്പുകളില്ല. മതചിന്തകളോ ദൈവങ്ങളോ മാലാഖമാരോ മരണാനന്തരയാത്രയിൽ കൂട്ടിനില്ലായിരുന്നു. പ്രാപഞ്ചികമായൊരു ആത്മീയാനുഭവമൊഴികെ.

മരണത്തിന്റെ മുന്നിൽ എല്ലാവരും സമന്മാർ. സുകന്യയോർത്തു. ജീവിച്ചിരിക്കുന്നവർക്കു വേണ്ടിയല്ലേ മതങ്ങൾ? പ്രാപഞ്ചികാനുഭവങ്ങളിൽ മതങ്ങൾക്കോ ദൈവങ്ങൾക്കോ ഇടമില്ല. അഥവാ അക്ഷരബ്രഹ്മമാണ് ദൈവസങ്കല്പം.

ദൈവം ബ്രഹ്മമാണ്. ബ്രഹ്മം ഊർജ്ജസങ്കേതമാണ്. അതിലൊരു സൂക്ഷ്മകണികയാവണം ജീവാത്മാവ്. ഭൗതിക ശരീരത്തിൽനിന്നു മോചിതമാകുന്ന ജീവാത്മാവ്. [2]ജീവൻ ബ്രഹ്മം തന്നെ എന്നല്ലേ? പ്രാപഞ്ചികോർജ്ജത്തിന്റെ ഉറവിടം തേടിയുള്ള ജീവാത്മാവിന്റെ യാത്രയാവില്ലേ, മരണാനന്തര യാത്രാനുഭവങ്ങൾ? സുകന്യ സ്വയം ചോദിച്ചു.

അതിനു മറുപടിയെന്നോണം കാവിനുള്ളിലെവിടെയോ നിന്നൊരു മഞ്ഞക്കറുപ്പൻ പാഞ്ഞുവന്നു. ഇലഞ്ഞിയിലിരുന്ന കമ്പിളിപ്പുഴുവിനെ ഒറ്റക്കൊത്തിനെടുത്ത് ഒരു കൊമ്പിൽ നിന്നടുത്തതിലേക്ക്, പിന്നെ ചിറകുകൾ ഒതുക്കിപ്പിടിച്ച് കാവിനുള്ളിലേക്ക്...

പക്ഷി പറന്നുപോയ വഴിയേ അവൾ കാവിന്റെ നിഗൂഢതകളിലേക്ക് നോക്കി. ചൂരലും കരിഞ്ഞാട്ടയും ഇടതൂർന്ന ഇരുണ്ട പച്ചപ്പിനിടയിൽ ഫണം നീർത്തിയ കരിനാഗക്കല്ല് തെളിഞ്ഞു. കാവിന്റെ തലപ്പിനിടയിലൂടെ പകൽവെളിച്ചത്തിന്റെ ഒരു കിരണം തെന്നി വീണു. കരിനാഗശിലയിൽ ചുറ്റിപിണഞ്ഞു കിടന്നിരുന്ന പാമ്പിൻപടം വെയിൽ വെട്ടത്തിൽ തിളങ്ങി.

ജാതമാമ തരം കിട്ടുമ്പോ കാവിനുള്ളിൽ വന്ന് തനിച്ചിരിക്കും എന്ന് ദേവു പറഞ്ഞതോർത്തു. മൂപ്പരുടെ വായന കാവിനകത്താ, ഇപ്പഴെന്നല്ല, പണ്ടും. സമ്മതിക്കണം, ധൈര്യം. രാത്രീം വന്നു തനിച്ചങ്ങനെ കിടക്കാറുണ്ട്.

നേരോ? സുകന്യ സംശയിച്ചു. ദേവൂന്റേം പപ്പേച്ചീടേം വാക്കുകളിലൂടയല്ലാതെ ജാതവേദനെക്കുറിച്ച് എന്തറിയാം? ഏറെയും ഊതിപ്പെരുപ്പിച്ച അതിശയോക്തികൾ. മൂന്നാമതൊരാളോടു ചോദിക്കാമെന്നു വച്ചാൽ. ഒരാളുള്ളത് ആ ശ്രീരഞ്ജിനി. ഏതോ സെമിനാറിന് പോയിരിക്കയാണ്. ദിവസം രണ്ടായിട്ടും ഫോൺ വിളിച്ചതുപോലുമില്ലെന്ന ആധിയിലാണ് അവളുടെ അമ്മ.

പപ്പേച്ചി തീർത്തു പറയുന്നു. ''അവൾ തനിച്ചാവില്ല, ദേവൂ. കൂടെ

---

1. *Cosmic religious feelings*
2. *ജീവോ ബ്രഹ്മൈവ നാ അപരഃ (ജീവചൈതന്യം ബ്രഹ്മചൈതന്യത്തിൽ നിന്നു വേറിട്ടതല്ല. ഒന്നുതന്നെ സാരം.)*

ജാതനും ഒണ്ടാവണം. തലേന്ന് രാത്രിവണ്ടിക്കെന്നു പറഞ്ഞു പോയ തല്ലേ? എന്റെ ബുദ്ധീല് അന്നേരം അതൊട്ടു വന്നതുമില്ല.''

ഒന്നു തീർച്ച. ദേവുവിൽ തുടങ്ങിയ മിഥ്യാദർശനത്തിന്റെ തുടർച്ച യായിരിക്കണം ജാതവേദൻ കഥകൾ. ജാതവേദൻ ഇന്നുവരും, നാളെ വരും എന്നോർത്ത് വർഷങ്ങളായി കാത്തിരുന്ന ചിലർ. അവരുടെ മനസ്സുകളിലൂടെ ഇത്രകാലവും അതിമാനുഷനായി വളരുകയായിരു ന്നിരിക്കാം, ജാതവേദൻ. ഒടുവിൽ ഒരു സന്ധ്യാനേരത്തയാൾ പ്രത്യ ക്ഷനാവുന്നു. പിന്നീടുണ്ടായത് മിഥ്യാദർശനങ്ങളുടെ പരമ്പരയാണെ ങ്കിലോ? അതിൽപ്പെടാത്ത ഒരാളേയുണ്ടാവൂ. പപ്പേച്ചീടെ - വാസവേട്ടൻ. അതോ അയാളും?

അയാളോട് ചോദിച്ചാലോ? രണ്ടു ദിവസമായി വീട്ടിൽ വന്നിട്ട്. ജോലിസ്ഥലത്ത് എന്തെല്ലാമോ കുഴപ്പങ്ങളുണ്ടയാൾക്ക്. അതും ജാത വേദൻ മുൻകൂട്ടി പറഞ്ഞിരുന്നുവെന്ന് പപ്പേച്ചി. എവിടെനിന്നോ ഒരു വിറവാലൻ കിളി പറന്നുവന്നു. ദേഹത്തോളം നീണ്ട വാൽ. പക്ഷി ഒരിടത്തും ഇരിപ്പുറയ്ക്കാതെ വാല് വിറപ്പിച്ച് അസ്വസ്ഥയായി അങ്ങു മിങ്ങും പറന്നു. അന്നേരമാണ് കണ്ടത്, പക്ഷി വന്നിരുന്ന വള്ളികളി ലൊന്ന് ആരോ പിണച്ചുകെട്ടി ഊഞ്ഞാലാക്കിയിരിക്കുന്നു. അന്ന് നിദ്രാ ടനത്തിൽ ദേവു ചെയ്തതാവുമോ?

സുകന്യയെ വട്ടംചുറ്റി അത് കാവിലേക്ക് പറന്നുപോയി. പക്ഷി മറഞ്ഞതും കാവ് നെടുവീർപ്പയച്ച പോലെ ശീതക്കാറ്റു വന്നു. കാറ്റിനൊപ്പം അകലെയെവിടെയോ നിന്ന് പുള്ളുവൻ പാട്ടിന്റെ ഈണം. കാവിന്റെ യുള്ളിൽ അഗാധതകളിൽനിന്നോ? ആരോ പുള്ളുവക്കുടം മീട്ടുന്നു. ഒക്കേം തോന്നലാവണം. ന്യായീകരിക്കാൻ ശ്രമിച്ചു. മനസ്സിന്റെ അബോ ധതലങ്ങളിലെവിടെയോ നിന്ന് പണ്ടെങ്ങോ കേട്ട പുള്ളോൻപാട്ടിന്റെ ഈണം... അല്ല, ശരിക്കും കാതുകളിലേക്കത് അലയടിച്ചു വരുന്നു.

അവൾ കണ്ണുകളടച്ച്, ഇലഞ്ഞിയിൽ ചാരി ലയിച്ചിരുന്നു. മെല്ലെ മെല്ലെ തന്നിലും ആറാമിന്ദ്രിയം ഉണരുകയാവുമോ? അതോ വെറും തോന്നലുകളോ?

തോന്നലുകൾ... ഉള്ളിലെവിടെയോ ഇരുന്ന് ഡോ. റൈൻ പരിഹ സിക്കുന്നു. ഉത്തരം കണ്ടെത്താനാവാതെ വരുമ്പോൾ സത്യത്തിൽ നിന്നുള്ള ഒളിച്ചോട്ടം-

[3]ഡ്യൂക്ക് യൂണിവേഴ്സിറ്റിയിലെ സെമിനാർ ഹാളിലേക്കാണ് പറ ന്നത്. പ്രൊഫ. ഹാരിയും, ഡോ. ഹാമിൽടണും തമ്മിലുള്ള ചൂടൻ സംവാദം. ''പഞ്ചേന്ദ്രിയങ്ങൾക്കപ്പുറം മനുഷ്യനിൽ ഇന്ദ്രിയങ്ങളേതു മില്ലെന്ന് ഹാമിൽടൺ തെളിവുകൾ നിരത്തി വാദിക്കുന്നു. അഥവാ

3. *അമേരിക്കയിൽ നോർത്ത് കരോലിനയിലെ ഡ്യൂക്ക് യൂണിവേഴ്സിറ്റി അതീത മനശ്ശാസ്ത്രത്തിൽ ഇവിടെ നടന്ന ഗവേഷണഫലമായാണ് അതീന്ദ്രിയ ജ്ഞാനത്തിലേക്ക് വെളിച്ചം വീശിയത്. ഇവിടത്തെ റൈൻ ഗവേഷണകേന്ദ്ര ത്തിൽ ഇപ്പോഴും അതീത മനശ്ശാസ്ത്ര ഗവേഷണം നടന്നുവരുന്നു.*

ഉണ്ടെന്നുവരികിൽ, ഇരുപത്തൊന്നുവരെ ഇന്ദ്രിയങ്ങളുണ്ടെന്ന് ന്യൂറോളജിസ്റ്റായ തനിക്ക് വാദിക്കേണ്ടിവരും. പക്ഷേ, അവയെല്ലാം ഭൗതികമായിരിക്കുമെന്നയാൾ. ഇന്ദ്രിയങ്ങളെ ആത്മീയതലത്തിൽ നിർവചിക്കാൻ ശ്രമിക്കുന്നത് ശുദ്ധഭോഷ്ക്കാണ്. കാലഹരണപ്പെട്ട ഭാരതീയ തത്ത്വചിന്തയിൽ നിന്നുണ്ടായ ജാരസന്തതിയാണത് .''ഹാമിൽടൺ പുച്ഛത്തോടെ പറഞ്ഞു.

എല്ലാം കേട്ടുകഴിഞ്ഞേ പ്രൊഫ. ഹാരി എണീറ്റുള്ളൂ.

''ഡോ. ഹാമിൽടൺ'' അദ്ദേഹം ശാന്തനായി ചോദിച്ചു. ''അണുക്കളുണ്ടെന്ന് തെളിയിക്കാൻ മനുഷ്യരാശി എത്രയോ വർഷങ്ങളെടുത്തു? പഞ്ചേന്ദ്രിയങ്ങൾക്ക് എന്നെങ്കിലും അവ ഗോചരങ്ങളായിരുന്നുവോ? ഭാവിയിൽ അണുക്കൾ ഈ ഭൂമിയെ കീഴടക്കിക്കൂടെന്നില്ല. കേവലമൊരു അണു മതി, മനുഷ്യരാശിയെ കൊന്നൊടുക്കാൻ.

താങ്കളോട് ഞാൻ ചോദിക്കട്ടെ. നമ്മുടെ ഇന്ദ്രിയങ്ങൾക്കു കഴിയാത്ത ആവൃത്തിയിൽ ചില ജീവികൾക്ക് സംവദിക്കാൻ കഴിയുന്നില്ലേ? ഇന്ത്യാസമുദ്രതീരത്ത് ഈയടുത്ത കാലത്ത് സുനാമി തിരകളുയർന്നപ്പോൾ തിരയിൽപ്പെട്ട് മരിച്ചുവീണ മനുഷ്യരെത്രയെന്ന് താങ്കൾ വായിച്ചു കാണുമല്ലോ? ഇരുപത്തിനാലായിരം ആളുകൾ. രണ്ടു കിലോമീറ്റർ ദൂരത്തിൽ തിരയടിച്ചുയർന്നിട്ടും ലങ്കൻ തീരത്തെ വന്യജീവി സങ്കേതത്തിലുണ്ടായിരുന്ന ആയിരക്കണക്കിന് മൃഗങ്ങളിലൊന്നുപോലും ആ രാക്ഷസത്തിരകൾക്ക് ഇരയായില്ല. ഒരു മൃഗത്തിന്റെ ജഡംപോലും അവിടെയെങ്ങും കണ്ടില്ല. താങ്കൾ പറഞ്ഞ ഭൗതികമായ അഞ്ച് ഇന്ദ്രിയങ്ങളിൽ ഏതിന്ദ്രിയമാണ് അവയെ ജാഗരൂകരാക്കിയത്?

നാം റേഡിയോയോ ടിവിയോ ട്യൂൺ ചെയ്യുന്നതെന്തിന്? ആവശ്യമായ ബാൻഡ് അഥവാ ചാനൽ തിരഞ്ഞെടുക്കാൻ. പ്രത്യേക തരംഗദൈർഘ്യത്തിലൂടെ കടന്നുപോകുന്ന സംജ്ഞകളെ അവ പിടിച്ചെടുക്കുന്നു. ഇതുതന്നെ അപൂർവം ചില മനുഷ്യരിലും സംഭവിക്കുന്നതെന്നു ഞാൻ പറയുന്നു.''

സദസ്സ് നിശ്ശബ്ദമായിരുന്നു. മറുത്തൊന്നും പറയാനില്ലാതിരുന്നതിനാലാവാം ഹാമിൽട്ടൺ എണീറ്റ് പുറത്തുപോയി. പ്രൊഫ. ഹാരി സദസ്സിലൂടെ കണ്ണോടിച്ചു. ''നിങ്ങളിൽ ഓരോരുത്തരിലും ഈ കഴിവുണ്ടായിരുന്നുവെന്ന് ഞാൻ പറയുന്നു. ഈ എന്നിലും.''

സദസ്സ് ഇളകി.

''പക്ഷേ നമ്മളാരുമത് അറിഞ്ഞില്ല. ഓരോ മനുഷ്യനും ജന്മനാ തന്നെ തങ്ങളിലെ ജീവാത്മാവ് വിഹരിച്ചിരുന്ന ലോകവുമായി സംവേദിക്കാനുള്ള കഴിവുമായാണ് ഭൂമിയിൽ ജന്മമെടുക്കുന്നത്. പിന്നീട് ഭൗതികലോകത്തെ വളർച്ചയ്ക്കിടയിൽ നിങ്ങളറിയാതെ അത് കൈമോശം

വരുന്നു. അഥവാ നിങ്ങളിലത് ഉറങ്ങിക്കിടക്കുന്നു. അവസരം കാത്ത്. പിഞ്ചുകുഞ്ഞുങ്ങൾ ഉറക്കത്തിൽ ഊറിയൂറിച്ചിരിക്കുന്നത് കാണാറില്ലേ? അപരിചിതമായ ഈ ഭൂമിയിൽ അവർ എന്തോർത്തു ചിരിക്കാനാണ്? തങ്ങൾ പോന്ന ആത്മീയലോകവുമായി അവർ സംവദിക്കുകയല്ലെന്നാരു കണ്ടു? ഡോ. ഹാമിൽടൺ അല്പം മുമ്പ് പറഞ്ഞല്ലോ? മനുഷ്യന് ഭൗതികമായ ഇന്ദ്രിയങ്ങൾ അഞ്ചേയുള്ളൂ. [4]ശരിയാണ്. ഞാൻ സമ്മതിക്കുന്നു. ഈ അഞ്ചിന്ദ്രിയങ്ങൾക്കും അതീതമായ അറിവുകളെയും അനുഭവങ്ങളേയും കുറിച്ച് അരിസ്റ്റോട്ടിൽ തുടങ്ങിവച്ച ചർച്ച ഇന്നും തുടരുകയാണ്. മുക്കാൽ നൂറ്റാണ്ടുമുമ്പ് ഡോ. ജെ.ബി. റൈൻ വ്യാഖ്യാനിച്ചുതന്ന 'അതീന്ദ്രിയ ജ്ഞാനം' മുതൽ ഇന്നിതാ ഏഴാമിന്ദ്രിയം വരെ. [5]എഫേസസിലെ തടവറയുടെ ഇരുമ്പഴികളെ അകറ്റി സെന്റ് പോളും സൈലാസും രക്ഷപ്പെട്ടതെങ്ങനെയെന്ന് നാം പരീക്ഷണശാലയിൽ തെളിയിച്ച കാര്യം ഡോ. ഹാമിൽടൺ മറന്നോ? [6]സെനർ കാർഡുകൾ ഉപയോഗിച്ച് ഇതേ കലാശാലയിൽ നടത്തിയ പരീക്ഷണങ്ങളിലൂടെ അതീന്ദ്രിയ സംവേദനത്തിനുള്ള മനസ്സിന്റെ കഴിവ് തെളിയിച്ചതു മറന്നോ? ആത്മാവിന്റെ കിരണങ്ങളെ മനസ്സിന്റെ ബോധതലങ്ങളിലേക്ക് അരിച്ചിറക്കി അതീന്ദ്രിയമായ അറിവുകൾ പകരുന്ന ആറാമിന്ദ്രിയം നമുക്കിന്ന് അന്യമല്ല. എന്നാൽ ഏഴാമിന്ദ്രിയമോ?''

പ്രൊഫ. ഹാരി ചുറ്റും കണ്ണയച്ചു.

''ആറാമിന്ദ്രിയത്തിനും ഉപരിയാണത്. അപൂർവ്വമെന്നല്ല, അത്യപൂർവ്വം. ജന്മസിദ്ധം. ദേവത്വത്തിലേക്കുള്ള മനുഷ്യമനസ്സിന്റെ ഉയിർപ്പാണത്. നിരന്തരമായ യാത്രകളിലൂടെ, അന്വേഷണങ്ങളിലൂടെ, സഹനങ്ങളിലൂടെ ശുദ്ധീകരിക്കപ്പെടുന്ന മനസ്സുകൾക്കേ അത് തുറന്നുകിട്ടൂ. അലൗകികമായ ആനന്ദത്തിന്റെ വാതായനങ്ങൾ നിങ്ങൾക്കായത് തുറക്കും. കഠിനമായ തപസ്യകളിലൂടെയത് സ്വായത്തമാക്കാനാവും. നിങ്ങളിൽ അതിന്റെ ബീജം ജന്മസിദ്ധമായുണ്ടെങ്കിൽ. മൂന്നു പടവുകളാണതിനുള്ളത്. ഒന്നാമത്തെ പടവ് ധ്യാനത്തിന്റെ വഴി.''

---

4. *ഡ്യൂക്ക് സർവകലാശാലയിലെ ഡോ. ജെ.ബി. റൈനും ഭാര്യ ഡോ. ലൂയിസയും ചേർന്നാണ് ഇന്ദ്രിയേതരജ്ഞാനം അഥവാ ഇ.എസ്.പി.ക്ക് രൂപം നല്കിയത്. അതീത മനശ്ശാസ്ത്രത്തിന്റെ പിതാവെന്നറിയപ്പെടുന്നയാളാണ് ഡോ. ജെ.ബി.റൈൻ.*

5. *മെഡിറ്ററേനിയൻ തീരത്തെ എഫേസസിലെ തടവറയുടെ ഇരുമ്പഴികൾ തുറന്ന് സെന്റ് പോളും സൈലാസും പുറത്തുവന്നത് മനശ്ശക്തി പ്രയോഗിച്ചായിരുന്നുവെന്ന് പുതിയ നിയമം. മനശ്ശക്തിയാൽ ലോഹങ്ങളെപ്പോലും രൂപഭേദം വരുത്താനുള്ള കഴിവാണ് സൈക്കോ കൈനെസിസ് അഥവാ പി.കെ.*

6. *25 ചീട്ടുകൾ ചേർന്ന ഒരു കുത്തു ചീട്ടുപയോഗിച്ച് അതീന്ദ്രിയബോധം, ഇന്ദ്രിയാതീത വിചാരവിനിമയം, ഭാവിബോധം ഇവ പരീക്ഷിക്കുന്ന രീതി.*

സദസ്സ് ജിജ്ഞാസയോടെ കാത് കൂർപ്പിച്ചിരുന്നു.

'നിരന്തരമായ ധ്യാനം.'[7] ധ്യാനത്തിലൂടെ ഏകാഗ്രത കൈവരിച്ചു കഴിഞ്ഞാൽ ഓടുന്ന വാഹനത്തിലിരുന്നും ധ്യാനനിരതനാകാം. ജോലി സ്ഥലത്തോ ആൾക്കൂട്ടത്തിനിടയിലോ എവിടേയും ധ്യാനാവസ്ഥയി ലെത്താൻ നിങ്ങൾക്കാവും. മനസ്സിനെ ട്യൂൺ ചെയ്യുകയേ വേണ്ടൂ. ധ്യാനത്തിലൂടെ അതീന്ദ്രിയമായ അനുഭൂതികളിലെത്തിച്ചേരുന്നതോടെ നിങ്ങൾ രണ്ടാമത്തെ പടവിലെത്തി.''

''രണ്ടാമത്തെ പടവ്.'' അദ്ദേഹത്തിന്റെ മുഖം ദീപ്തമായി. ''ബ്രഹ്മ ത്തിലേക്കുള്ള പാലം തീർക്കലാണത്. ശരീരത്തിനുള്ളിലെ ഊർജ്ജ പ്രവാഹവും ബ്രഹ്മം മുഴുവൻ നിറഞ്ഞു നില്ക്കുന്ന ചൈതന്യവും തമ്മിലുള്ള കൂടിച്ചേരലിനു വഴിയൊരുക്കുക, അതിങ്ങനെയാണ്. യോഗ വിദ്യയേയും പ്രാണശക്തിയേയും കുറിച്ചു പ്രൊഫ. ഹാരി ലഘുവായി വിശദീകരിച്ചു. സദസ്സ് ധ്യാനാവസ്ഥയിലെത്തിയിരുന്നു. പലരും കസേരകളിൽ നിന്നിറങ്ങി താഴെ പരവതാനിയിൽ പത്മാസനത്തിലോ സുഖാസന ത്തിലോ ഇരിപ്പായി. മൂന്നാമത്തെ പടവിനായി സദസ്സ് ഒന്നടങ്കം കാതോർത്തു.

''ഇനി മൂന്നാമത്തെ പടവ്'' പ്രൊഫ. ഹാരി കാലുകൾ ചേർത്തു വെച്ച് ഇരുകൈകളും മേലേക്കുയർത്തി.

''ബ്രഹ്മാനുഭൂതിയിലേക്കുള്ള പടവ്.''

അദ്ദേഹം ഇമകളടച്ച് ധ്യാനത്തിലെന്നോണം നിന്നു. അദ്ഭുതകര മായ ശാന്തി ഉള്ളിലെങ്ങും വ്യാപിക്കുന്നതുപോലെ. മുഖം തേജോമ യമായി. പിന്നെ കണ്ടത് പ്രൊഫ. ഹാരി നിന്ന നില്പിൽ മുന്നോട്ടു കുഴഞ്ഞുവീഴുന്നതാണ്. മുന്നിലിരുന്നവർ കുതിച്ചുവന്ന് താങ്ങിയെടു ത്തപ്പോഴേക്കും ജീവൻ പറന്നകന്നിരുന്നു.

കരിയിലകളിൽ അനക്കം കേട്ട് നോക്കിയപ്പോൾ ദേവൂ.

''ങാഹാ, ഞാൻ എവിടെല്ലാം നോക്കീന്നോ? ഒടുവിൽ മണ്ണിലെ ചുവടു നോക്കിയപ്പോ മനസ്സിലായി ഇവിടേണ്ടാവുമെന്ന്, കേക്കണോ ഒരദ്ഭുതം?'' ദേവു കൈയിലിരുന്ന സായാഹനപത്രം നിവർത്തി.

''ഇന്ന് രാവിലെ അമ്പലത്തിന് വലംവയ്ക്കുമ്പോ അമ്മ കണ്ടതാത്രെ ഈ രണ്ടാളേം. ബാങ്ക് മാനേജർ ജയഗോപനും മോള് രാധേം. അമ്മ സംസാരിച്ചപ്പോ ഭാര്യ കാറപകടത്തീ മരിച്ചൂന്നും അവര് രണ്ടാളും കഷ്ടിച്ച് രക്ഷപ്പെട്ടതാണെന്നും പറഞ്ഞൂത്രെ.''

7. നിരന്തരമായ ധ്യാനം മസ്തിഷ്കത്തിന്റെ ഫ്രോണ്ടൽ ദളത്തെ ശക്തമാക്കുന്നു.

''ശര്യാണ്. പപ്പേച്ചി എന്നോടും പറഞ്ഞു. പക്ഷേ, ആരേം ഞാൻ കണ്ടില്ല.''

''എങ്ങനെ കാണാൻ?'' ദേവു പത്രം കൈമാറി. ''അവർ അമ്പലത്തിലേക്ക് വരുംവഴിയാണ് അപകടമുണ്ടായത്. ഭാര്യ അപ്പഴേ മരിച്ചു. ആ ബാങ്ക് മാനേജരും മോളും മരിച്ചൂന്ന് കരുതിയതാണ്. മരണത്തോട് മല്ലടിച്ച് ഐ.സി.യുവിലാ. ഇതേവരെ ബോധം വീണിട്ടില്ല.''

സുകന്യ അമ്പരപ്പോടെ എണീറ്റു.

അപ്പോ, പപ്പേച്ചി കണ്ടത്? ക്ഷേത്രമതിൽ അവസാനിക്കുന്നിടത്തെ, അടഞ്ഞുകിടക്കുന്ന ഗേറ്റിലൂടെ അവർ കടന്നുപോയത്?

പതിനെട്ട്

രാവിലെ ദേവുവാണ് കണ്ടത്. ശ്രീരഞ്ജിനി ബസ്സിറങ്ങി വരുന്നു. ഉറക്ക ച്ചടവോടെ. ദേവൂനെ കണ്ടതും ചോദിച്ചു.

''ജാതേട്ടൻ മടങ്ങിയെത്തിയോ?''

അതിനു മറുപടി പറയാതെ അവൾ ചോദിച്ചു.

''ശ്രീയേച്ചിയെന്തേ ഒരു ഫോൺ വിളിക്കുകപോലും ചെയ്യാതെ? എല്ലാരും എന്തുമാത്രം ടെൻഷനടിച്ചെന്നോ? ഇന്നു രാവിലേം കണ്ടി ല്ലേല് തറേലെ രാമേട്ടനെ കാര്യവട്ടത്തിന് അയയ്ക്കാനിരിക്കുവാ, ജാനു വല്ല്യമ്മ.''

''ഈശ്വരാ, രാമേട്ടൻ പുലർച്ചെ വണ്ടിക്കു തിരിച്ചിട്ടുണ്ടാവുമോ?''

ശ്രീരഞ്ജിനി ആകുലപ്പെട്ടു.

''എന്തേ രാമേട്ടൻ പോയാല്?''

ദേവു സംശയിച്ചുനിന്നു.

''ഏയ്, ഒന്നൂണ്ടായിട്ടല്ല, അത്ര ദൂരം.'' അവൾ പരിഭ്രമം മറയ്ക്കാൻ ശ്രമിച്ചു. ''ഞാനിങ്ങെത്തീതറിയാതെ...''

ഞാനെവിടാര്ന്നെന്ന് എനിക്കുതന്നെ ഒരു നിശ്ചയോവില്ല ദേവൂ എന്നു പറയാനൊരുമ്പെട്ടതാണ്. പിന്നെയോർത്തു, വേണ്ട.

''കാര്യവട്ടത്ത് ടവറ് കേടായി.'' പെട്ടെന്നു പറഞ്ഞു. ''തീരെ റേഞ്ചു ണ്ടാര്ന്നില്ല. എങ്ങനാ ഒന്നു വിളിക്കുകാന്നോർത്ത് വിഷമിച്ചിരിക്കുകേ ര്ന്നേ, ഞാനും.''

''ഉവ്വോ?'' ദേവു ഒരു തർക്കത്തിനു വട്ടം കൂട്ടി. ''ടവറ് പോയാല് ലാൻഡ് ഫോണില് വിളിക്കാരുന്നില്ലേ?''

''അത്...'' ശ്രീരഞ്ജിനി പരുങ്ങി. ''ഇപ്പോ എല്ലാരടേം കൈയില്.''

''ങും... ങും...'' ദേവു അർത്ഥം വെച്ചുമൂളി. എന്തോ കള്ളത്തര ങ്ങളുണ്ട്. അമ്മ പറയുന്നതു നേരാവണം. രണ്ടാളും കൂടി...

അവൾ ശ്രീരഞ്ജിനിയെ അടിമുടി നോക്കി. എന്തൊക്കെയോ മാറ്റ ങ്ങളില്ലേ? ആ കണ്ണുകൾ എന്തൊക്കെയോ ഒളിച്ചുവയ്ക്കുംപോലെ.

ചുണ്ടുകൾക്ക് പതിവില്ലാത്ത തുടുപ്പ്. ഈ ഗന്ധംപോലും ശ്രീയേച്ചിയുടേതല്ല. പാരിജാതത്തിന്റേയോ പനീർച്ചെമ്പകത്തിന്റേയോ...

ദേവു അവളോടു ചേർന്നുനിന്ന് അടക്കത്തിൽ ചോദിച്ചു.

''സത്യം പറ, എവിടാര്ന്നു, രണ്ടാളും?''

''രണ്ടാളോ?'' ശ്രീരഞ്ജിനി അമ്പരന്നു.

''ഉം, ഇവിടൊരാള് തലേന്ന് രാത്രിവണ്ടിക്കെന്നുപറഞ്ഞ് പുറപ്പെട്ടതാ, ഒരു വിവരോമില്ല, ഇതേവരെ.''

''ആര്, ജാതേട്ടനോ?'' അവൾ എന്തൊക്കെയോ ഓർമ്മിക്കാൻ ശ്രമിച്ചു. ഒന്നും ഓർമ്മയിലേക്ക് വരുന്നില്ല. ''സത്യം എനിക്കൊന്നും അറീല്ല, ദേവൂ.''

എവിടെയായിരുന്നു? എപ്പോഴോ ജാതേട്ടൻ തന്നോടൊപ്പമുണ്ടായിരുന്നോ? ആരാണ് പുലർച്ചെ വണ്ടിയിൽ കയറ്റി വിട്ടത്? കവലയിൽ വന്നിറങ്ങിയതോർമേണ്ട്. വണ്ടിക്കകത്തും ഉറക്കത്തിലായിരുന്നോ ആവോ? ശ്രീരഞ്ജിനി ആലോചിച്ചു നിന്നു. പകലു മുഴുവൻ കിടന്നൊന്നുറങ്ങണം. സെമിനാർ കഴിഞ്ഞു വന്നതല്ലേ? ഇന്നു കോളേജിൽ പോവണ്ട.

സംഗീതത്തിലെ സ്വരജതികളെക്കുറിച്ച് ആരൊക്കെ എന്തൊക്കെയാണ് പറഞ്ഞത്? ഒന്നും ഓർമ വരണില്ല. ഗമകങ്ങൾ വായിച്ചത് അസ്സലായീന്നു പറഞ്ഞതാരാണ്? മൊട്ടുകൾക്കിടയിലെ കമ്പിമേൽ ഇടതുകൈ അമർത്തി നീക്കിയപ്പോൾ അതിനുമേൽ- ആരുടേതായിരുന്നു ആ വിരലുകൾ?

*''ശ്രീരഞ്ജിനിയെന്നു പേരു പറഞ്ഞതും ആരോഹണത്തിലും അവരോഹണത്തിലും മൂളി ഖരപ്രിയരാഗജന്യമെന്നു കളിയാക്കിയതാര്?

ഷഡ്ജം... കോമളഗാന്ധാരം... തീവ്ര ഋഷഭം... എന്ന് സ്വരഗതികൾ പറഞ്ഞതാര്?

ഒന്നും ഓർമ്മ വരണില്ലല്ലോ. അവൾ തിടുക്കത്തിൽ വാര്യത്തേക്ക് നടന്നു. യാത്രപോലും പറയാതെ അവൾ നടന്നകലുന്നത് ദേവു നോക്കി നിന്നു. പാവം, യാത്രാക്ഷീണോം ഉറക്കച്ചടവും ആവണം. എന്നാലും ദുരൂഹമായ എന്തൊക്കെയോ... അവൾ വീട്ടിലേക്ക് നടന്നു.

അമ്മയും സുകന്യമാമും ഉമ്മറത്തുതന്നെയുണ്ട്.

---

* *കർണ്ണാടക സംഗീതത്തിലെ ജന്യരാഗങ്ങളിലൊന്നാണ് ശ്രീരഞ്ജിനി. ''സരിഗമ ധനിസ, സനിധമ ഗരിസ'' എന്ന ആരോഹണാവരോഹണങ്ങളോടു കൂടിയത്. ഷഡ്ജം കോമള ഗാന്ധാരം, തീവ്ര ഋഷഭം എന്നിവ ഈ രാഗത്തിൽ വരുന്ന സ്വരങ്ങളാണ്.*

''പാവം, ജാതമാമ വേറെവിടേക്കോ പോയതാവും. ഈയമ്മ വെറുതെ ആ പാവത്തിനെക്കുറിച്ചോരോന്ന്...'' അവൾ സുകന്യയെ നോക്കി കണ്ണിറുക്കി.

''ഇപ്പോ അതിനെന്താണ്ടായേ?'' അമ്മ ഇടപ്പെട്ടു. 'നിനക്കു പെട്ടെന്നിങ്ങനെയൊരു വെളിപാടുണ്ടാവാൻ?''

''ഒന്നൂണ്ടായിട്ടല്ല'', അവൾ ചൊടിച്ചു. ''ആ ശ്രീയേച്ചിയെ വഴീവെച്ചു കണ്ടു. അത്രതന്നെ.''

''ശ്രീരഞ്ജിനി മടങ്ങിവന്നോ?'' സുകന്യ ചോദിച്ചു. ''നീ കണ്ടു ചോദിച്ചോ?

''ങ്ും'' അവൾ മൂളി. ''മേം ഒന്നിങ്ങു വരൂ.''

അവൾ സുകന്യയെ കൂട്ടി മുറ്റത്തേക്കിറങ്ങി. ജാതൻ പിന്നെവിടേക്കാവും പോയത്? പപ്പേച്ചി ആലോചിച്ചു. അവൻ കാലേകൂട്ടി പറഞ്ഞതോരോന്നും സത്യായി വരികല്ലേ?

വാസവേട്ടൻ ഇന്നലെ രാത്രിവണ്ടിക്കു കോഴിക്കോടിനു പോയി. അവിടന്നു മാനന്തവാടിക്ക്. പണിഷ്മെന്റ് ട്രാൻസ്ഫറാണ്. വാസവേട്ടൻ വിട്ടയച്ച കൊലക്കേസ് പ്രതിയെ കോയമ്പത്തൂർ പൊലീസ് പിടിച്ചു. അവൻ തത്ത പറയുംപോലെ പറഞ്ഞൂത്രെ. വാസവേട്ടൻ അഞ്ചുലക്ഷം രൂപ കൈക്കൂലി മേടിച്ചു വിട്ടതാണ്. ഇനി സസ്പെൻഷനും പിന്നാലെ വരുമെന്നു കേൾക്കുന്നു. ജോലി പോകാനും മതി. ആർക്കറിയാം അഹങ്കാരത്തിനു കൈയും കാലും വച്ചാ ആരെന്തു പറഞ്ഞിട്ടെന്താ കാര്യം? ആ റഷീദിന്റെ കാര്യാ കഷ്ടം.

ജാതനെന്താ പറഞ്ഞേ?

കുറച്ചുകാലത്തേക്ക് അയാൾക്കൊന്നുമോർത്ത് വേവലാതിപ്പെടേണ്ടി വരില്ലാന്നോ? ശര്യല്ലേ? ജീപ്പു കൊക്കേലേക്കു മറിഞ്ഞു മൊത്തോം. ഒടിവും ചതവുമായി ബോധമില്ലാണ്ട് കെടക്കുകല്ലേ? ഈ കെടപ്പ് എത്ര നാൾ കെടക്കേണ്ടി വരുമെന്നാരു കണ്ടു? നട്ടെല്ലിനു ക്ഷതം. മദ്യപിച്ച് പൊലീസ് ജീപ്പോടിച്ചതിനും വാഹനം ദുരുപയോഗപ്പെടുത്തിയതിനും കേസ് വേറെയും.

ജയഗോപന്റെ കാര്യത്തിലും ജാതനെന്തോ സൂചിപ്പിച്ചിരുന്നല്ലോ? എന്നാലും കഷ്ടായിപ്പോയി. ജീവൻ വീണ്ടുകിട്ടിയതു ഭാഗ്യം. സുകന്യേം ദേവൂനേം കൂട്ടി രാത്രി ആശുപത്രീ ചെന്നപ്പോഴാണറിഞ്ഞത്. ഉറ്റോരെന്നും ഉടയോരെന്നും പറയാനാരുമില്ല. ജയന്തി ആരോരുമില്ലാത്തോളായിരുന്നത്രെ. ഗോപൻ ഒറ്റ മോനായിരുന്നല്ലോ? അച്ഛനും അമ്മേം മരിച്ചതോടെ ഗോപനും ആരും ഇല്ലാണ്ടായി...

വാസവേട്ടനോടൊന്നും ചോദിക്കാനും പറയാനും പോയില്ല. വര്ന്നേടത്തുവച്ചു കാണാം. എന്താവശ്യം ഒണ്ടേലും അറിയിക്കണമെന്ന് ആശുപത്രിക്കാരോടും ബാങ്കിലെ ആൾക്കാരോടും ഏർപ്പാടാക്കി. ഉച്ചയ്ക്കു

മുമ്പായി ദേവൂനേംകൂട്ടി ഒന്നൂടെ പോണം. സുഖാവും വരെ ഗോപന്റേം മോള്ടേം കാര്യങ്ങള് നോക്ക്യേ മതിയാവൂ. ആരെതിർത്താലും ശരി.

ഗോപൻ കണ്ണുതുറന്നു കാണുംവരെ ഒരു സമാധാനോം ഇല്ല. ഒരാപത്തിൽപ്പെട്ടൂന്നു കണ്ടതും ആത്മാവ് പപ്പിയെ തേടി ഓടി വന്നതല്ലേ? ഓർക്കുന്തോറും ഒട്ടും വിശ്വാസം വരണില്ല. ആ നേരത്ത് മരണത്തിന്റെ വക്കത്തായിരുന്നൂത്രെ. മരിച്ചൂന്നുതന്നെ എല്ലാരും കര്തീതാണ്. ഐ.സി.യു.വില് മരണത്തോട് മുഖാമുഖം നോക്കി കിടന്നപ്പഴും ഓർത്തല്ലോ, പപ്പിയെ?

രാധ മയിലുകളുടെ കൂടിനരികത്ത് നില്ക്കുവാരുന്നെന്നല്ലേ അന്നേരം ഗോപൻ പറഞ്ഞത്? കൃഷ്ണന്റമ്പലത്തിൽ മയിലില്ലല്ലോ? അപ്പോ അതൊട്ട് ഓർത്തതുമില്ല. രാധ, ആ പേരുപോലും എത്ര ശരി!

കൃഷ്ണാ, ഇതിന്റേന്നും പൊരുൾ എത്ര ആലോചിച്ചിട്ടും മനസ്സിലാവണില്ലല്ലോ. ഇനിയുള്ള കാലമെങ്കിലും ഗോപനോടൊപ്പം ജീവിക്കാനായിരുന്നെങ്കിൽ!

ഈശ്വരാ, അത്രയ്ക്കു സുകൃതം ഈ ജന്മത്തിലുണ്ടോ? ഏതായാലും ജാതൻ കാലുകുത്തിയതുമുതൽ ജീവിതത്തിലാകെ മാറ്റങ്ങളാണ്. ദേവൂം അതുതന്നെ പറഞ്ഞു. എത്രേം വേഗം അവന്റെ കാര്യങ്ങള് നീക്കണം. അല്ലേൽ കഷ്ടാണ്. അമ്മേം അച്ഛനും എല്ലാമായി ഈ പപ്പേച്ചിയല്ലേ അവനൊള്ളൂ? പപ്പേച്ചി വേണ്ട നേരത്തൊന്നും ചെയ്തില്ലാന്ന് നാളെയൊരു കാലത്തവൻ കുറ്റപ്പെടുത്താൻ ഇടയാവരുതല്ലോ?

പക്ഷേ, ആരാവും കൂടുതൽ ചേർച്ച? ശ്രീക്കുട്ട്യോ സുകന്യോ? പാവം ശ്രീക്കുട്ടി ആശിച്ചുപോയതല്ലേ? ഇനി സുകന്യേയാണ് അവനിഷ്ടമെങ്കിലോ? അവനിങ്ങു വരട്ടെ. നേരിട്ടു ചോദിക്കാമല്ലോ.

ദേവു എന്തൊക്കെ പറഞ്ഞാലും ശരി, സുകന്യയ്ക്ക് ജാതന്റെ കാര്യത്തിൽ എന്തോ ഒരു താല്പര്യമുണ്ട്. വന്നതുമുതൽ ജാതനെക്കുറിച്ചു തന്നെ ഓരോന്നു ചോദിക്കുന്നത്. ഇന്നുപോലും.

ദേവുവിനൊപ്പം വാര്യത്തുപോയി വന്നതുമുതൽ സുകന്യയും ആലോചിക്കുകയായിരുന്നു. ജാതവേദൻ ഇനി മടങ്ങി വരുമോ? ശ്രീരഞ്ജിനിക്ക് ഒന്നും വ്യക്തമായി ഓർമ്മയില്ല. ഏതോ മതിഭ്രമത്തിന്റെ ഹാംഗോവറിലാണവൾ.

മുന്നിൽ വന്നിരുന്നപ്പോഴും കണ്ണുകൾ പാതി കൂമ്പി സുഷുപ്തിക്കും ജാഗ്രദാവസ്ഥയ്ക്കും മദ്ധ്യേ എവിടേയോ. കാര്യവട്ടത്തേക്കു ബസ് കാത്തുനിന്നതും പെട്ടെന്നുണ്ടായ ഏതോ പ്രേരണയാൽ വടക്കോട്ടുള്ള വണ്ടിയിൽ കയറിയതും അവൾക്കോർമ്മയുണ്ട്. എവിടേക്കെന്നറിയില്ല, മനസ്സ് നയിച്ച ഏതോ ഒരിടത്തേക്കാണവൾ പോയത്. വിജനമായ

കാട്ടുപാത്യ്ക്കരികെ ബസ്സിറങ്ങി... അവിടെ അവളെ കാത്ത് പിന്നീടെപ്പോഴോ പഴമയുടെ ഗന്ധം തങ്ങിനിന്ന ആ മുറിയിൽ. പിന്നെയൊന്നും അവൾക്കോർമ്മയില്ല.

''ഒന്നും?'' സുകന്യ അവളുടെ തോളിൽ കൈകൾ പതിച്ച് പാതിയടഞ്ഞ മിഴികളിലേക്കുറ്റു നോക്കി. ''ജാതവേദനെ കണ്ടത്? നിങ്ങൾ രണ്ടാളും ഒരുമിച്ച്?''

ജാതവേദൻ എന്നു കേട്ടതും അവളുടെ മുഖം ദീപ്തമായി.

''ജാതേട്ടൻ'', അവൾ മന്ത്രിച്ചു. ''ജാതേട്ടൻ എവിടെയാണ്?''

''ശ്രീരഞ്ജിനിക്കല്ലേ അതറിയൂ.'' സുകന്യ ചോദിച്ചു. ''പറയൂ, എവിടെയാണ് ജാതവേദൻ?''

''എനിക്കറീല്ല.''അവൾ എന്തോ ആലോചിച്ചിരുന്നു. പിന്നെ ഹിപ്നോട്ടിക് നിദ്രയിലെന്നോണം പറഞ്ഞു.

''വരും, എവിടെയായാലും എന്നെത്തേടി വരും.''

ശ്രീരഞ്ജിനിയെ കണ്ടുവന്നതും ദേവുവിനോട് പറഞ്ഞേല്പിച്ചു. ''ഞാൻ മടങ്ങുകേണ്. പോകുന്നതിനുമുമ്പ് നിന്റെ ജാതമാമേടേതായി എന്തെങ്കിലുമൊന്ന്... എനിക്കൊന്ന് ബോധ്യപ്പെടാൻ, ജാതവേദൻ വന്നൂന്ന്...''

''അതിനോ പ്രയാസം?'' അവൾ തെല്ലു പരിഹാസത്തോടെ അകത്തേക്കു പോയി.

കുറേ കഴിഞ്ഞ് ദേവു ചുറ്റിത്തിരിഞ്ഞുവന്നു. ജാതമാമേടെ മുറിയാകെ പരതി. ഒന്നും കാണാനില്ല.

''അതിന് ഒന്നും ഉണ്ടായിരുന്നില്ലല്ലോ.'' അവൾ ആലോചിച്ചു നിന്നു.

''ആ തോൾസഞ്ചിയൊഴികെ. യാത്ര പോയപ്പോ അതും?''

മേം എന്താ ഉദ്ദേശിക്കുന്നത്? അവളോർത്തു. ജാതമാമ വന്നില്ലെന്നോ? പിന്നെ ജാതമാമ വന്നതുമുതൽ ഇവിടെ നടന്ന കാര്യങ്ങളോ?

സ്വപ്നനിദ്രയിലെന്നോണം നിന്ന ദേവുവിന്റെ തോളിൽ തട്ടി സുകന്യ ചോദിച്ചു. ''വടക്കോട്ടുള്ള വണ്ടി ഇനി എപ്പഴാണ്? അതൂടെയല്ലേയുള്ളൂ ഇനി അറിയാൻ.''

''എവിടേക്ക്?'' ദേവു അതിശയിച്ചു.

സുകന്യ ചിരിച്ചു. ''ഏതായാലും മനസ്സ് നയിക്കുന്ന ദിശയിലേക്കല്ല.''

''പിന്നെ?''

ദേവു സംശയിച്ചുനിന്നു.

കഥയുടെ ഭൂമിക വിട്ട് പിന്നെയും സഞ്ചരിക്കുന്നവർക്കായി

യാത്രികസംഘം ഡോൾമ ചുരത്തിലേക്കുള്ള കയറ്റത്തിലെത്തി. താഴെ ഹിമവാന്റെ ധമനികൾ. പതഞ്ഞൊഴുകുന്ന അരുവികൾ. ഹിമഗിരികളിൽ നിന്നൊലിച്ചിറങ്ങുന്ന നീർച്ചാലുകൾ. ഹിമധൂളികൾ പാറി. മോക്ഷത്തിന്റെ പർവതനിരകളിൽ കൊടും ശൈത്യം. കൊടുമുടികളിൽ നിന്ന് ഇടയ്ക്കിടെ വീശിയടിക്കുന്ന ശീതക്കാറ്റ്...

തലേന്ന് ഡെറാഡുക് താവളത്തിലായിരുന്നു. രാത്രി നിലയ്ക്കാതെ മഴ പെയ്തിരുന്നു. ക്യാമ്പ് ഷെഡ്ഡിലെ തകര മേൽക്കൂരയ്ക്ക് മീതേ മഴയുടെ ചടുലതാണ്ഡവം. മഴ തോർന്നിരിക്കുന്നു. മൂടൽ മഞ്ഞിന്റെ നേർത്ത പടലങ്ങളിലൂടെ സൂര്യകിരണങ്ങൾ ഊടും പാവുമിട്ട വലകൾ. ശിവയോഗിക്കൊപ്പം കാൽനടക്കാരായ ആറേഴാളുകൾ. അവർ മുന്നേ നടന്നു. ശേഷിച്ചവർ കറുത്തു കൊഴുത്ത യാക്കുകൾക്കരികെ നിരന്നു. അലസരായ മൃഗങ്ങൾ ജന്മഭാരം പേറി മഞ്ഞിൽ തെളിഞ്ഞ കുളമ്പടചാലിലൂടെ...

ഇനിയങ്ങോട്ട് ഇടയ്ക്കിടെ വലിയ കയറ്റങ്ങളാണ്. ചിലത് കുത്തനെ, ധ്യാൻ ചുക് പറഞ്ഞു. ‘‘കൊടും തണുപ്പും. പ്രാണവായു കിട്ടാതെ വരാം. ഡോൾമ കടന്നുകൂടിയാൽ ആശ്വാസം.’’

ദർച്ചനിൽനിന്ന് രണ്ട് നാൾ മുൻപ് ആരംഭിച്ച കാൽനട യാത്ര. യാക്കുകൾക്കൊപ്പം ദേശവാസികളുടെ ഒരു സംഘം. ധ്യാൻ ചുക് ഓടി നടന്ന് യാത്രികരുടെ ലഗേജുകൾ ഗ്രാമീണരുടെ ചുമലിലേറ്റി. യാക്കുകളെപ്പോലെ അവരും മുന്നോട്ട് കുനിഞ്ഞുനിന്നു. അവശ്യം വേണ്ടവ യാത്രികർ തോൾ ബാഗിലാക്കി. ലഘു ഭക്ഷണങ്ങൾ, പാനീയങ്ങൾ, മരുന്നുകൾ...

‘‘സൂക്ഷിക്കണം’’, കോടമഞ്ഞ് പരക്കുമ്പോഴെല്ലാം ധ്യാൻ ചുക് പിന്നിലേക്ക് നോക്കി വിളിച്ചുപറയുന്നുണ്ടായിരുന്നു. ‘‘ചുവടൊന്നു പിഴച്ചാൽ... തൊട്ടരികെ ഒളിച്ചിരിക്കുന്നത് അഗാധമായ കൊക്കകളാണ്.’’

മൊട്ടക്കുന്നുകൾ. പുൽമേടുകൾ. മഞ്ഞ് പുതച്ച മലനിരകൾ. വിശാലമായ സമതലങ്ങൾ. അഗാധമായ താഴ്വരകൾ. പാറയിടുക്കുകൾ. സദാ

വീശിയടിക്കുന്ന ഹിമക്കാറ്റ്, അനന്തതയിലേക്ക് നീളുന്ന പാതകൾ... ഇടയ്ക്ക് മഞ്ഞ് തിരശ്ശീല തീർക്കും. മുന്നിലെ കാഴ്ചകൾ മറയും. മേഘങ്ങൾ സൂര്യനെ മറയ്ക്കും. കാർമേഘപടലങ്ങൾ പരന്നു. നിരപ്പായ വഴികൾ അവസാനിച്ചു. ചെങ്കുത്തായ കയറ്റം.

"നോക്ക്,"ഒരാൾ ഭീതിയോടെ താഴേക്ക് ചൂണ്ടി. മഞ്ഞ് കട്ടപിടിച്ച മരശിഖിരത്തിൽ തലകീഴായി കുടുങ്ങിയ രണ്ട് കാലുകൾ.

"ദർച്ചനിൽ വന്നിറങ്ങിയ ആൾ ആരെക്കുറിച്ചാണ് പറഞ്ഞത്? ഈ വഴിക്ക് ആരോ ഒരാൾ മഞ്ഞിൽ മൂടിയിരിക്കുന്നതായി?" യാത്രികരി ലൊരാൾ ചോദിച്ചു.

"ആരെക്കുറിച്ചാണയാൾ സൂചിപ്പിച്ചത്?" ശിവയോഗിയും ധ്യാൻ ചുക്കിനെ നോക്കി.

"അതേ. യുവയോഗി." അയാളുടെ മുഖം വിവശമായി. "ഈ വഴി ക്കെവിടെയോ പറഞ്ഞതങ്ങനെയാണ്. ദൂരക്കാഴ്ചയിലാണവൻ കണ്ടത്."

ഹിമക്കാറ്റ് വീശി. മേഘങ്ങൾ ചിതറി. മേഘങ്ങൾക്കിടയിൽനിന്ന് സൂര്യൻ എത്തിനോക്കി. ദൂരെ മലമുടികൾക്കിടയിൽ കൈലാസം വീണ്ടും തെളിഞ്ഞു.

"ശംഭോ മഹാദേവ!" യാത്രികർ കൈകൾ ആകാശത്തേക്കുയർത്തി. മുന്നേ നടന്നുപോയ യാത്രികസംഘത്തിൽനിന്ന് ശിവയോഗിയുടെ മൂർച്ചയാർന്ന ശബ്ദമുയർന്നു.

"നമാമീശമീശാന നിർവ്വാണ രൂപം
വിഭും വ്യാപകം ബ്രഹ്മവേദ സ്വരൂപം
നിജം നിർഗ്ഗുണം നിർവ്വികല്പം നിരീഹം
ചിദാകാശമാകാശ വാസം ഭജേഹം
ചിദാകാശമാകാശ വാസം ഭജേഹം."

കയറ്റം ഇറങ്ങിച്ചെന്നത് ചിതറിക്കിടന്നിരുന്ന കൽക്കൂമ്പാരങ്ങൾക്കിട യിലേക്കാണ്. ഭീതിജനകമായ ഇടം. കാറ്റിരമ്പം. ധ്യാൻചുക് ശീഘ്രം നടന്ന് മുന്നേ പോയ കാൽനടക്കാർക്കൊപ്പമെത്തി.

"ശിവ് താൽ ശ്മശാനം," ശിവയോഗി കൂടെയുള്ളവരോട് പറഞ്ഞു. "പണ്ടിവിടെ യാഗശാലകളുണ്ടായിരുന്നു."

"ആ കൽക്കൂമ്പാരങ്ങൾ?" ആരോ ചോദിച്ചു.

"ഏതോ കാലത്തിന്റെ ഓർമ്മക്കുറിപ്പുകൾ" ശിവയോഗി ചുറ്റും കണ്ണോടിച്ചു.

വീണ്ടും കുത്തനെയുള്ള കയറ്റം.

"ഡോൾമ ചുരം അടുക്കാറായി. വലിയൊരു മല കയറിയിറങ്ങണം." ധ്യാൻചുക് പറഞ്ഞു. "ക്ഷീണം തീർത്ത് പോകാം. അപ്പോഴേക്കും അവരുമിങ്ങെത്തും."

അയാൾ ദൂരേക്ക് നോക്കി. നിരപ്പായ കല്ലുകൾ. കാൽനടക്കാർ ഇരുന്നു. യാക്കുകളും ചുമട്ടുകാരും യാത്രികരും വളരെ പിന്നിലാണ്.

''നോക്കൂ'' യാത്രികരിലൊരാൾ ദൂരെ മഞ്ഞ് മൂടിയ പാറക്കൂട്ടങ്ങളിലേക്ക് വിരൽചൂണ്ടി. പാറകളൊന്നിൽ മേലാസകലം മഞ്ഞ് മൂടിയൊരു മനുഷ്യരൂപം.

ധ്യാൻ ചുക്ക് മുന്നോട്ട് പാഞ്ഞു. മലയുടെ ചരിവിലെത്തിയതും കിഴുക്കാം തൂക്കായൊരു പാറയിൽ അള്ളിപ്പിടിച്ചുനിന്നു.

''യുവയോഗി!'' അയാളുടെ ചുണ്ടുകൾ ഉരുവിട്ടു.

പത്മാസനത്തിൽ ധ്യാനത്തിലാണ്. മുന്നോട്ടു നീണ്ടുവളർന്ന താടിമീശകളിൽ മഞ്ഞിന്റെ മുത്തുമണികൾ. ശിവയോഗിയും യാത്രികരും പിന്നിൽ നിരന്നു. ദൂരെ നിരപ്പായ പാറയിൽ.

''ധ്യാനമോ സമാധിയോ?'' യാത്രികരിലൊരാൾ സംശയിച്ചു.

''നിതാന്തമായ ധ്യാനം.'' ശിവയോഗി ആദരപൂർവ്വം തല കുനിച്ചു. ''ശംഭോ മഹാദേവ!''

മഞ്ഞ് പൊഴിഞ്ഞുകൊണ്ടേയിരുന്നു. മഞ്ഞിന്റെ ചെതുമ്പലുകൾ.

''തീരെ ചെറുപ്പത്തിൽ തെക്ക് നിന്നെവിടന്നോ വന്നതാണിവിടെ. എത്രയോ കാലമായി.'' ധ്യാൻ ചുക് നോക്കി നിന്നു. ''ഹിമവാന്റെ ഓരോ പുൽക്കൊടിയും ആ കൈകളിലെ രേഖകൾ പോലെ നിശ്ചയം.''

കൊടുമുടികളിൽ നിന്ന് വീശിയടിച്ച കാറ്റിന് ശക്തിയേറി. യാത്രികരുടെ ചുണ്ടുകളിൽ ശിവപഞ്ചാക്ഷരിയുതിർന്നു.

മഴയ്ക്കുള്ള പുറപ്പാടാണ്.

ധ്യാൻ ചുക് മൂടിക്കെട്ടിയ ആകാശത്തേക്ക് നോക്കി.

■

www.ingramcontent.com/pod-product-compliance
Lightning Source LLC
LaVergne TN
LVHW060134051026
849517LV00007B/2474
* 9 7 8 9 3 9 1 0 7 2 6 0 5 *